अभिप्राय

रत्नाकर मतकरी यांच्या या संग्रहातील कथा प्रेमकथा, स्वप्नकथा, शृंगारकथा, प्रौढकथा असे काहीसे याचे एकूण स्वरूप. चंद्रमोहन कुलकर्णी या रेखाटन व मांडणीतज्ज्ञाने कल्पकता दाखविल्याने पुस्तक देखणे झाले आहे. मुखपृष्ठ हे कथांप्रमाणे नाजूक आहे.

दैनिक सामना, २२-४-२००७

मनाचे कंगोरे उलगडणाऱ्या कथा

साप्ताहिक सकाळ, १३-१२-२००८

परीकथातून घडणाऱ्या वास्तवाचे दर्शन

दैनिक ऐक्य

स्वप्नातील चांदणे

रत्नाकर मतकरी

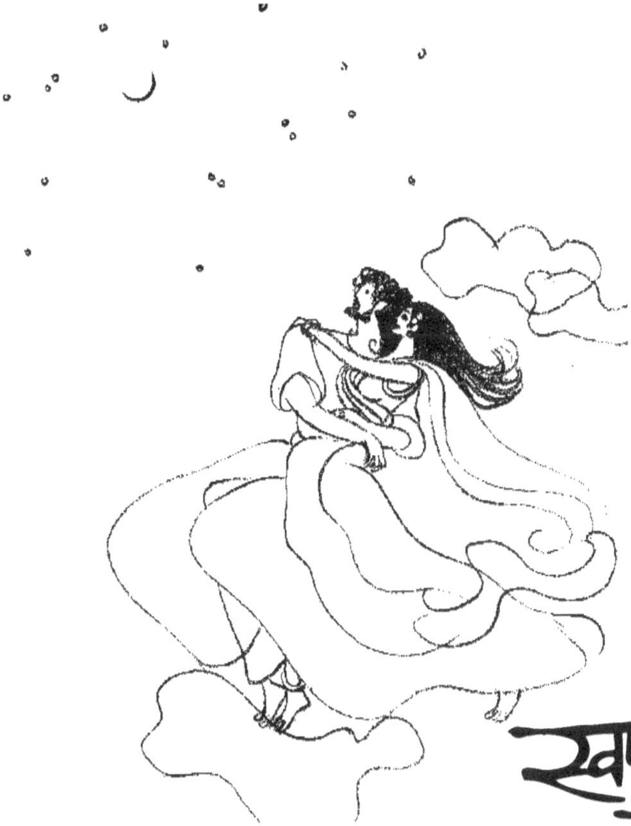

मेहता पब्लिशिंग हाऊस

स्वप्नातील चांदणे । रत्नाकर मतकरी । कथासंग्रह

© सौ. प्रतिभा मतकरी

राधा निवास । टिळक रोड । दादर । मुंबई १४ ।

प्रकाशक

सुनील अनिल मेहता । मेहता पब्लिशिंग हाऊस । १९४१ । सदाशिव पेठ ।
माडीवाले कॉलनी । पुणे ३० । © ०२०-२४४७६९२४ ।

E-mail : info@mehtapublishinghouse.com

Website : www.mehtapublishinghouse.com

अक्षरजुळणी

इफेक्ट्स । २१/६ब । आयडिअल कॉलनी । कोथरूड । पुणे ३८ ।

मुखपृष्ठ । रेखांकने । मांडणी

चंद्रमोहन कुलकर्णी ।

प्रकाशनकाल

पहिली आवृत्ती । २५ डिसेंबर, १९७३ । दुसरी आवृत्ती । मार्च, २००७ ।
तिसरी आवृत्ती । डिसेंबर, २००८ । चौथी आवृत्ती । जानेवारी, २०१३ ।
पाचवी आवृत्ती । फेब्रुवारी, २०१८ ।

P Book ISBN 9788177668025
E Book ISBN 9789387319196
E Books available on : play.google.com/store/books
                      m.dailyhunt.in/Ebooks/marathi
                      www.amazon.in

जे जगाकडे पाहताना
कुठल्याही रंगाचा चष्मा लावीत नाहीत,
आणि उन्हाने डोळे जळतात
अशी तक्रारही करीत नाहीत, त्यांना—

या संग्रहाच्या निमित्ताने

या परीकथा मी एका विशिष्ट भावस्थितीत लिहिल्या. तेव्हा मी नुकताच प्रेमात पडलो होतो. केवळ एका मुलीच्या नव्हे, तर सबंध जीवनाच्याच.

तसे माझ्या आजूबाजूचे जीवन खास सुंदर होते, अशातला भाग नाही. ते अडचणींनी, गैरसोयींनी, कडवट अनुभवांनी पुरेपूर भरलेले होते. परंतु फक्त सुंदर मुलीच्याच प्रेमात पडावे असे थोडेच आहे? आयुष्याचेही तसेच आहे. ज्यांची वृत्ती आयुष्यावर प्रेम करण्याची असते, ते जीवनाच्या सगळ्याच कडूगोड अनुभवांची, रसिकतेने चव घेत राहतात.

मग सगळे आयुष्य समिधेसारखे जाळून टाकणारा कलंदर शायर उत्कटपणे शायरी करतो. आतडी पिळवटणाऱ्या व्यथेची गझल बनवतो. त्या क्षणी तो दु:खी नसतो; तर दु:खाची चव घेत असतो. आणि या चव घेण्यातच त्याला आयुष्याचे समाधान सापडते.

हे मला जाणवले, तेव्हा मी परीकथा लिहू लागलो.

नंतर मी एकदम गूढकथा लिहू लागलो. जिवाला त्रास देणाऱ्या, मनस्ताप देणाऱ्या. कधीकधी झोपही उडवून टाकणाऱ्या.

वरवर पाहिले, तर एखाद्या लेखकाने आयुष्याचे ललित-सुंदर चित्र रंगवावे आणि नंतर त्याचे अक्राळविक्राळ, रौद्रभीषण चित्रण करावे हे विसंगत वाटते.

पण कलादृष्ट्या हे विसंगत नाही. चित्रकार एकच. चित्रशैली एकच. रंगच काय ते कधी शुभ्र सोनेरी, तर कधी लाल-काळे, पण पांढरा काय अगर काळा काय– चित्रकाराला दोन्ही रंग, रंग म्हणूनच महत्त्वाचे!

तेव्हा म्हटले तर माझी परीकथा गूढकथेपेक्षा वेगळी आहे. म्हटले तर ही दोन्ही, एकाच कथेची रूपे आहेत.

दोन्हीमध्ये एक साम्य आहे. दोन्ही आयुष्याशी निगडित आहेत.

परीकथा हे आयुष्याचे रूप आहे, असे म्हटले, तर एखाद्याला ते पटणार नाही. त्याला परीकथा अद्‌भुत वाटेल, अशक्य वाटेल, अवास्तव वाटेल, खोटी वाटेल.

परंतु परीकथा आयुष्याइतकीच खरी असते. फक्त तिची शैली वेगळी असते. आयुष्यात नेहमी आढळणारे सत्य परीकथेत एका विशिष्ट शैलीदार परिभाषेत मांडले जाते. एक विशिष्ट

वातावरण निर्माण केले जाते, एवढेच; परंतु मूळ आशय वास्तवच असतो.

वेड्यासारखी अकारण प्रीती करणारी माणसे आपण पाहिली आहेत. दीनदुबळ्यांना जवळ करणारे महात्मे पाहिले आहेत. दहा दिशांत जिणे उधळणारे कलावंत पाहिले आहेत. ही सगळी पात्रे परीकथांमध्ये राजकन्या, पऱ्या, जादूगार होतात, इतकेच. पण त्यांना अवास्तव कोण म्हणेल? फार लांब कशाला जाता? हसतहसत मुलाबाळांच्या खस्ता खाणारी, दिवसभर नोकरी करूनही थकल्याचे नाव न घेता, रात्री तुमची स्वप्ने जागी करणारी एक अद्भुत परी तुमच्याच घरी नाही का?

पण वय वाढले, की आपण उगाचच शिष्ट होतो, भलत्याच गोष्टींना 'प्रौढ' मानू लागतो. सत्ता, मानमरातब, पैसा, या असल्या गोष्टी आपल्याला अस्सल वाटू लागतात आणि जगाकडे निष्पाप नजरेने पाहणे आपल्याला बालिशपणाचे वाटू लागते. मग परीकथा आपल्या लेखी खोट्या होतात. नाहीतर हॅन्स ॲण्डरसनच्या परीकथांच्या रूपातल्या मूर्तिमंत कविता आपण बालवाङ्मय म्हणून सोडून दिल्या नसत्या. 'विझार्ड ऑफ ओझ' सारखी जगाच्या दांभिकपणावर परखड टीका करणारी कलाकृती आपण 'मुलांसाठी' असा शिक्का मारून बाजूला टाकली नसती.

पण आपण तसे बिनदिक्कत करतो आणि 'फक्त प्रौढांसाठी' लेबलचे चित्रपट आणि वाङ्मय, कसेही असले तरी त्याचे आकंठ सेवन करतो; कारण त्यामुळे आपण प्रौढ असल्याची आपली खात्री होते.

पण असे मठ्ठ वागतानादेखील दारातल्या गुलाबाला पहिले फूल आले, की आपण त्याविषयी सबंध कॉलनीला सांगतो. कुणी पाहात नाही ना, याची खात्री करून पटकन कोऱ्या पुस्तकाचा वास घेतो, मुलगी एसेस्सीला बसणार असली की वेळात वेळ काढून सेंटरवर संत्रेमुसंबे घेऊन जातो, गल्लीतल्या मुलांबरोबर क्रिकेट खेळतो!

या साऱ्या गोष्टींना जर आपल्या जीवनात जागा असेल तर परीकथेला ती कां नसावी? लैंगिक भूक व हिंसाचार आपण वास्तव समजतो– नव्हे, ते तसे असेलही; पण त्याचबरोबर, माणसाला कुणीतरी नुसते ओळखीचे स्मित करावे असे वाटणे हेही वास्तव नाही का? सत्तेसाठी होणारा भीषण संहार जितका वास्तव, तितकीच तान्ह्या बाळाला वाचवण्यासाठी ऑपरेशन टेबलावर डॉक्टरांनी दिलेली झुंजही वास्तव नाही का?

तेव्हा कुरूप तेवढे खरे, आणि सुंदर ते ते बनावट; निबर तेवढे खरे, आणि नाजुक तेवढे नखरेल; व्यवहार तेवढा खरा आणि भावना मात्र हळवी; असे सोपे हिशेब करणे बरोबर नव्हे. किंबहुना या दोन वेगवेगळ्या गोष्टी नव्हेतच. हे एकेका डोळ्याला दिसणारे वास्तव आहे. पण नजर म्हणजे एक डोळा नव्हे– तर दोन्ही डोळ्यांमधून येणारा वस्तूचा, आकाराचा, अंतराचा अंदाज! आणि तो अंदाजही नुसत्या डोळ्यांना येत नाहीच. त्याचे चित्र उमटते ते अखेरीस मनावर!

– रत्नाकर मतकरी

प्रथम प्रसिद्धी :

सोनेरी मनाची परी	: सत्यकथा, जुलै १९५९
वनराणी आणि फूल	: सत्यकथा, जुलै १९६०
कवीची प्रिया	: सत्यकथा, जानेवारी १९६१
कुंभ	: रसिक, दिवाळी १९६१
स्वप्नातील चांदणे	: सत्यकथा, ऑगस्ट १९६२
फाटक्या कपड्यांतली राजकन्या	: वीणा, डिसेंबर १९६२
जादूचे फुलपाखरू	: सत्यकथा, डिसेंबर १९६२
दुखऱ्या गुडघ्याची गोष्ट	: सत्यकथा, दिवाळी १९६२
लाकडातील चेहरा	: सत्यकथा, ऑगस्ट १९६४

या आधी, हा संग्रह, 'सोनेरी मनाची परी' या नावाने प्रकाशित झाला होता.

कथानुक्रम ─────────────────────────────

एक शहर आहे. तिथे उंचउंच मनोरे आहेत, प्रासाद आहेत, मंदिरे आहेत. लांबलांब मैदाने आहेत, आणि थुईथुई उडणारी कारंजी आहेत. तिथल्याच एका नीटनेटक्या, चिमुकल्या घरात एक सुंदर मुलगी राहाते. ती अजून लहानशीच आहे. मात्र लहान मुलीसारखे खळखळून हसण्याऐवजी ती आता नुसतेच गालातल्या गालात स्मित करू लागली आहे. मध्येच थांबून ती कुणाचीशी चाहूल घेऊ लागली आहे, तीही अगदी अलिकडेच. नुकतेच तिचे केस अधिक गहिरे काळे होऊ लागले आहेत. शिंपल्याच्या आत असतो, तसल्या रंगाचा हात तिच्या गालावरून हलकेच फिरू लागला आहे. अगदी नुकत्याच तिच्या डोळ्यांमध्ये दोन छोटुकल्या चांदण्याही वस्तीला उतरल्या आहेत, आणिक कालपरवापर्यंत तिच्या उरात एक किरमिजी सुरवंटदेखील राहत होता. एक चिमुकला किरमिजी सुरवंट.

जादूचे फुलपाखरू

मावळतीचा सोनेरी प्रकाश सगळीकडे भरून राहिला आहे. उसळत्या लाटांवरही तो झगमगतो. ती वाळूतून पळत येते आणि क्षणभर त्या प्रकाशाकडे पाहून थबकून उभी राहते. एवढ्यात पाण्यातून एक सुंदर तरुण पुरुष बाहेर येतो. पाण्याने निथळत तो वाळूत येतो. ती त्याच्याकडे पाहतच राहाते. तो टॉवेलने अंग पुसू लागतो. मध्येच तो वर पाहतो. ती पाहतच असते. तो हसतो. ती लाजते. आणि काय चमत्कार! त्या क्षणभरातच तिच्या त्या चिमुकल्या किरमिजी सुरवंटाचे सोनेरी फुलपाखरू होते आणि अनावरपणे फडफडू लागते.

अखेरीस तिला त्या फुलपाखराची सोनेरी फडफड असह्य होते. याच वेळी चंद्रोदय होतो, आणि समुद्रतीरावरच्या बंगल्यातून संगीताचे मुलायम सुगंधी सूर वाहत येतात, तेव्हा ती त्या फुलपाखराला मोकळे करते.

तेव्हापासून, ती कुठेही गेली तरी ते फुलपाखरू तिच्या मागेपुढे राहू लागले. कधी कधी ते डोळ्यांसमोर नाचत असलेले दिसायचे, तर कधी क्षणार्धात दिसेनासे व्हायचे. कधी तिच्या अंगाखांद्यावर बागडायचे, तर कधी ती झोपली असताना तिच्या स्वप्नातच शिरायचे. हे फुलपाखरू म्हणजे तिचे एकटीचेच गुपित होते, आणि दुसऱ्या कुणालाही त्याची मुळीच कल्पना नव्हती. एवढे कशाला, तिला स्वत:लाही त्याची सगळी जादू काही कळलेली नव्हती.

एकदा ती कॉलेजात जाते. मराठीचा तास चालू असतो. प्राध्यापक बालकवीची एक गूढ नि उदास, खिन्न कविता वर्गात शिकवीत असतात. बालकवीच्या त्या रम्य नि अद्भुत प्रेमकविता शिकवताना बिचकणारे हेच प्राध्यापक पारव्यावरची कविता मन लावून शिकवितात. ती कविता शिकविताना त्यांचा नेहमीचा रुक्ष सूर अधिकच करडा होतो, आणि डोळ्यांभोवतालच्या करड्या सावल्या अधिकच काळवंडतात. डोळे खोल पाण्याच्या जीवघेण्या डोहासारखे दु:खाने काठोकाठ भरून जातात. खचलेल्या भिंतीसारख्या बसलेल्या गालांवर चष्म्याच्या जाड काचेच्या अपारदर्शक सावल्या हलत राहतात. मनातल्या मनात कुढत, कण्हत ते ती पारव्याची कविता शिकवीत राहतात. त्या कवितेच्या ओळीओळीतील एकटेपणा त्यांच्या मनातून घुमतो आणि त्यांचे स्वत:चे दु:ख शतपटींनी वाढते. त्याचे भकास प्रतिध्वनी त्यांच्या शब्दाशब्दातून ऐकू येतात. एका जड, उदास लयीत प्राध्यापक ती खिन्न कविता शिकवीत राहतात...

त्या सुंदर मुलीचे मात्र त्यांच्याकडे मुळीच लक्ष नाही. वर्गात शिरून तुळईवर बसून घुमणाऱ्या एका पारव्यांच्या जोडीच्या प्रणयाकडेच ती बघत बसली आहे.

एकाग्र होऊन. असे टक लावून पाहतापाहता मध्येच कसलीतरी आठवण होऊन ती स्वत:शीच हसते. खुदकन...! तिच्या पर्सवर धनुष्यबाणाची चिमुकली चंदेरी आकृती बसवली आहे. पर्स उघडून ती एक छोटे आकाशी पाकीट बाहेर काढते. त्यावरच्या रेखीव अक्षराला इजा होणार नाही, अशा हलक्या हाताने ती आतले पत्र काढते. घडी उलगडून वाचू लागते. चिमण्यांचा एक थवा वर्गाच्या खिडकीत येऊन बसतो नि चिवचिवाट करून उडून जातो. पत्र वाचता वाचता तिला काहीबाही आठवू लागते. आठवता आठवता हुरहूर लागते. हुरहुरीने गुदगुल्या होतात. गुदगुल्यांनी हसू येते. हसताना डोळ्यांत पाणी येते. आणि याच वेळी प्राध्यापकांचे तिच्याकडे लक्ष जाते.

तिच्या हसऱ्या मुद्रेकडे लक्ष जाताच प्राध्यापकांचे दु:ख कापराच्या वडीसारखे पेट घेते. त्यांचे शिकवणे एकदम थांबते. वर्ग स्तब्ध होतो. विद्यार्थी प्राध्यापकांकडे पाहतात. त्यांच्या नजरेच्या रोखाने तिच्याकडे पाहतात. ती अजूनही गालातल्या गालात हसत पत्र वाचीतच असते. तिचे इतरत्र लक्षच नसते. प्राध्यापकांचा चेहरा संतापाने लाल होतो. कसाबसा तोल सावरीत ते तिच्या बाकाशी पोहोचतात. तिच्या हातातले पत्र खसकन ओढून घेतात.. तिची तंद्री भंगते. ती वर पाहते. ते तिच्या नजरेला नजर देत नाहीत. पत्र फाडून त्याचे बारीक बारीक चिटोरे करतात– ते चिटोरे खिडकीतून फेकून देतात. त्यांची चाहूल लागताच खिडकीत खेळणाऱ्या दोन चुकार चिमण्या उडून जातात. प्राध्यापक परत टेबलाशी येतात. ती सुंदर मुलगी बाकावर डोके टेकून हुंदके देऊ लागते. तुळईवर बसलेली पारव्यांची जोडी स्तब्ध होते. प्राध्यापक पुन्हा उदासपणे बालकवींची पारव्याची कविता शिकवू लागतात.

प्राध्यापकांना वाटले होते की आपली तंद्री मोडणारे, आपले चित्त भरकटणारे ते पत्र फाडून फेकून दिले, त्याचे चिटोरे चिटोरे वाऱ्यावर विखरून कुठेकुठे जाऊन पडले म्हणजे आपले भडकलेले मन शांत होईल. पण तसे काही झाले नाही. रानोमाळ वणवा पेटत जातो तसे त्यांचे मन अधिकच पेटत गेले. तसे म्हटले तर पहिल्यापासूनच त्यांच्या उरात एक आग भडकत होती. शब्दाशब्दातून ठिणग्या उडायच्या. वागणुकीत झळ लागायची. एकसारखे ते आपले धगधगत असायचे. जे घडले त्याने तर त्यांच्या मनातला जाळ अधिकच फुलवला.

तास संपताच प्राध्यापक पाय आपटीत 'प्रोफेसर्स कॉमन रूम' मध्ये जातात. पुस्तकात डोके खुपसून धुमसत राहतात.

सगळा वर्ग रिकामा होतो, तरी ती सुंदर मुलगी आपल्या बाकावर तशीच बसून

राहते. मुसमुसत...! एवढ्यात तिचे ते जादूचे फुलपाखरू कुठूनसे येते नि तिच्याभोवती बागडू लागते. क्षणार्धात तिच्या वृत्ती पालटतात. ती पूर्ववत् हसू लागते. तिचे डोळे आनंदाने चकाकू लागतात.

घंटा वाजते. प्राध्यापक पुस्तक बंद करतात, ते हिरवट राखी रंगाच्या पिशवीत घालतात. ट्युटोरियलच्या वह्या गोळा करतात, आणि ओझे घेतल्यासारखा तो ढिगारा हातात धरतात. कॉमनरूममधून बाहेर पडून ते लांबलांब टांगा टाकीत चालू लागतात. व्हरांड्यातून ते असे जाऊ लागताच वातावरण झाकोळल्यासारखे होते. कॉलेजातील तरुण पोरेपोरी चटकन बाजूला होऊन त्यांना वाट देतात. जी समोरून येतात, त्यांना ओळखीची दाद मिळत नाही; कारण प्राध्यापकांचे लक्ष मुळी समोर नसतेच. खाली मान घालून ते सुतकात असल्यासारखे चालतात. खाली मान घालूनही त्यांना कधी फुले, गवत असे काही जमिनीलगतचे दिसत नाही. त्यांना त्याही खाली खोलवर गाडलेली दुःखे दिसतात. आणि मग ते अधिकच विषण्ण होतात.

एकटे एक पांगाऱ्याचे झाड. त्या झाडाजवळ एक चांभाराचे दुकान. दुकानात अखंडपणे चालू असलेली कंटाळवाणी लयबद्ध ठोक्‌ठोक्. दुकानाला लगटून वर गेलेला एक चक्राकार जिना. तिथे एक माडीवजा खोली आहे. प्राध्यापक या खोलीत राहतात. एकटेच.

कुरकूर करीत दार उघडते. प्राध्यापक आत येतात. आल्याबरोबर, हातातल्या हिरवट राखी पिशवीतील पुस्तके टेबलावर ओततात. नि तसेच वाचायला बसतात. परत केली जाईपर्यंत ती पुस्तके तशीच टेबलावर पडून राहातात. खोलीतली अडगळ दूर करण्याचा ते कधी प्रयत्न करीत नाहीत; जसे काही ती अडगळच खोलीतील मूळ रहिवासी आहे. दुसरेही एक कारण आहे. त्या अडगळीची प्राध्यापकांना सोबत होते. नुसती रिकामी खोली त्यांना खायला आली असती. म्हणून त्यांना पुस्तके हवी असतात, जुने, फाटके कपडे हवे असतात, चपलांचे तुटके जोड हवे असतात, भिंतीवर दोन वर्षांपूर्वीचे कॅलेंडर हवे असते, आणि खोलीत पसरलेले किरकिरे म्हातारे फर्निचरही हवेच असते. प्राध्यापकांची उमर अवघी पस्तीस वर्षांची आहे, पण तिथल्या काहीकाही वस्तूंचे वय त्याहून कितीतरी अधिक आहे. मोठ्या माणसाच्या आधाराने राहावे, तसे, प्राध्यापक त्या खोलीत अडगळीच्या सोबतीने राहतात.

रात्र पडते. चांभाराचे दुकान बंद होते. चांदण्यात पांगारा बुजगावण्यासारखा दिसू लागतो. प्राध्यापकांच्या टेबलावर दिवा जळतो आहे. भिंतीवर मोठमोठ्या सावल्या पडल्या आहेत. 'आजकाल मुली बेशिस्त व्हायला लागल्या आहेत. अभ्यासाच्या वेळी वर्गात प्रेमपत्रे वाचतात' एवढे त्यांचे लिहून होते, तोच कुणाच्या

तरी घड्याळात टोला पडलेला रात्रीच्या शांततेत लख्ख ऐकू येतो. बाहेरच्या चांदण्यातून एकदम काहीतरी आत येते. दिव्यावर आलेले पाखरू असेल, असे वाटून ते त्याला मारण्याचा प्रयत्न करू लागतात. पण ते त्यांच्याभोवतीच रूंजी घालू लागते. टेबल लॅम्पच्या प्रकाशात ते सोन्यासारखे लखलखते. क्षण दोन क्षणांतच ते उडून जाते. चांदण्यात दिसेनासे होते. पण इकडे प्राध्यापकांचा जीव गलबलून जातो. कितीतरी वर्षांत प्रथमच त्यांच्या डोळ्यांत टचकन पाणी येते. समोरच्या ख्रिश्चन शिंप्याचा तरुण मुलगा मॅंडोलिन वाजवू लागतो. ते सूर ऐकून आपल्याला काय होते आहे, तेच त्यांना समजत नाही. पण आज रात्री जागून वाचत बसणे नको, असे त्यांना वाटते. आपल्या एकटेपणाची त्यांना, कधी नव्हे एवढी भीती वाटते. ते दिवा मालवतात, आणि रोजच्यापेक्षा कितीतरी लवकर अंथरुणावर पडतात.

पुन्हा जेव्हा ते तिच्या वर्गावर औदुंबराची कविता शिकवायला जातात, तेव्हाही थोडेसे असेच होते. त्यांना एकदम आपले बालपण आठवते आणि वाटते, की आपण मोठे व्हायलाच नको होते. कुणीतरी करणी केली आणि आपल्या डोक्यावर मोठेपणाचे, एकटेपणाचे ओझे दिले. हा विचार त्यांच्या मनावर लांबलांब पारंब्या सोडतो. विषादाच्या झुलत्या सावल्या त्यांच्या शब्दाशब्दातून ऐकणाऱ्याला भेडसावीत राहतात. कडवट तोंडाने ती कविता ते शिकवितात, आणि मुलांच्या तरुण मनांतला उत्साह पुसून टाकण्याचा प्रयत्न करतात.

एकाएकी त्यांची नजर मागच्याच जागेवर जाते. तीच सुंदर मुलगी तेथे बसलेली असते. तिच्या हातात एक मोरपीस असते. नि ती त्यावर हलकेच फुंकर घालून पाहत असते.

प्राध्यापकांचे अंग क्षणभर शहारते आणि मग एकदम संतापाचा डोंब उसळतो. त्या उर्मट मुलीच्या बाकाशी ते जाऊन उभे राहतात. तरी तिची नजर मोरपिसावरून ढळत नाही. ते खसकन तिच्या हातातून मोरपीस ओढून घेतात. वर्गातील मुले हसतात. प्राध्यापक एकवार वळून पाहतात तशी वर्गात एकदम शांतता पसरते. प्राध्यापक मोरपीस घेऊन विजयी मुद्रेने टेबलाशी येतात. या खेपेस ती मुलगी रडत नाही. ती क्षणार्ध नजर उचलून त्यांच्याकडे पाहते आणि एकदम खालीच बघू लागते. तिच्या लांबसडक पापण्या फडफडत राहतात....

तशीच नजर खाली लावून ती प्रोफेसर्स कॉमन रूममध्ये उभी आहे. तिच्या पापण्या तशाच फडफडताहेत. आपले मोरपीस परत मागायला ती धीर करून आली आहे. परंतु प्राध्यापकांना वाटते की ती आता वर पाहील, आणि स्मित करील. त्यांना ख्रिश्चन शिंप्याच्या तरुण मुलाने वाजवलेल्या मॅंडोलिनचे सूर आठवतात, आणि ते गडबडतात. 'आता मी कामात आहे' असे सांगून ते कॉमन रूमच्या बाहेर

पडतात, आणि चालू लागतात. चालताना मात्र त्यांना असे निश्चित वाटते, की तिने आता नजर वर उचलली असेल, आणि ती आपल्यावर रोखली असेल. या कल्पनेने ते अस्वस्थ होतात. कुणीतरी छत्रीच्या टोकाने आपल्याला गुदगुल्या करून हसवण्याचा उद्धट प्रयत्न करीत आहे, असे त्यांना वाटते. ते चालण्याचा वेग वाढवतात.

...संध्याकाळ. प्राध्यापक वाचायला बसतात. एकाएकी त्यांच्या हातातल्या पुस्तकातून ते मोरपीस खाली पडते. ते उचलण्यासाठी म्हणून ते त्याला स्पर्श करतात, त्यासरशी एकदम त्यांच्या शरीरातून झिणझिण्या उठतात. रागाने ते, ते मोरपीस टेबलावर टाकतात नि वाचण्यात लक्ष गुंतविण्याचा प्रयत्न करतात. इतक्यात खिडकीतून वाऱ्याच्या झुळुकीबरोबर एक सोनेरी फुलपाखरू आत येते.

ते फुलपाखरू पाहताच त्यांना आपण पुन्हा पंचविशीत गेल्याचा भास होतो, पण तो क्षणभरच. लगेच ते आपला जाड भिंगाचा चष्मा सारखा करतात, नि वाचनात गढल्यासारखे दिसू लागतात. फुलपाखरू त्यांच्या अवतीभोवती फिरतच राहते. त्याला चिरडून टाकण्यासाठी म्हणून ते त्याला पकडण्याचा प्रयत्न करू लागतात, तशी ते लांब पळते. अधिकच चिडून ते त्याचा पाठलाग करू लागतात. तेव्हा फुलपाखरू खिडकीबाहेर उडून जाते. खिडकीजवळच्या पांगाऱ्यावर ते नाचते आणि पांगारा लाललाल होऊन जातो. फुलपाखराला पकडण्याच्या प्रयत्नात प्राध्यापकही खिडकीशी येऊन पोहोचतात. फुलपाखरू दिसेनासे होते, परंतु त्याच्याकडे पाहताना समोर पसरलेल्या एका मोठ्या गुलाबी ढगाकडे त्यांचे लक्ष जाते. एकाएकी त्या ढगातून त्यांना एक ओळखीचा सुंदर चेहरा दिसू लागतो– वर उचललेली नजर आठवते. ते सारे विसरण्यासाठी ते मानेला हिसडा देऊन खोलीत वळतात. एवढ्यात त्यांना तीच सुंदर मुलगी दारात उभी असलेली आढळते.

तिला पाहून ते क्षणभर गोंधळतात, बावरतात. ही मुलगी आपल्यावर विलक्षण संतापली असेल आणि ती आता ताड्ताड् बोलून आपली अब्रू घेईल, असे त्यांना वाटते. आपण हिचे पत्र फाडले, हिचे मोरपीस घेतले, हा फारच मोठा अपराध झाला, आता ही त्याचा जाब विचारल्याशिवाय राहणार नाही, या विचाराने त्यांना एकाएकी फार भीती वाटते. पण ती मुलगी नुसतेच स्मित करते नि म्हणते, ''अय्या, तुमच्या खिडकीतल्या पांगाऱ्याला बहर आला.''

खरेच, पांगाऱ्याला बहर आला होता. त्याची सगळी जुनी पाने भराभरा गळून पडत होती आणि त्याच्यावर नवीनच तांबडाशेंदरी साज चढत होता. मघाचा तो मोठा गुलाबी ढग आता किरमिजी सोनेरी झाला होता. आणि प्राध्यापकांना आपला एकटेपणा कमी होऊ लागल्यासारखे वाटत होते.

दुसऱ्या वेळी ती मुलगी येते तेव्हा प्राध्यापक घरी नसतात. पण दार नुसतेच लोटलेले असते. ती सरळ आत जाते. तिचे सोनेरी फुलपाखरू इकडेतिकडे नाचू, बागडू लागते. आणि एकदम जादू होते. त्या खोलीचे रूप एकदम पालटते. पुस्तके व्यवस्थित रचली जातात. कपड्यांच्या घड्या होतात. चटई कोपऱ्यात जाऊन उभी राहते. खिडकीशी आलेली पांगाऱ्याची छोटी डहाळी एका फुलपात्रात जाऊन बसते. खालच्या चांभाराच्या दुकानातली ठोक्ठोक्सुद्धा गाण्याच्या तालात ऐकू येऊ लागते.

प्राध्यापक आल्याबरोबर आपली खोली चटकन ओळखतच नाहीत. मग लक्षात येताच ओरडतात, "हा काय चावटपणा आहे? माझी खोली व्यवस्थित लावण्याचा कारभार कोणी केला?" ती पुढे होते.

ते तिला काही बोलणार, इतक्यात फुलपाखरू त्यांच्या खांद्यावर जाऊन बसते. तशी ते काही बोलूच शकत नाहीत. हलके हलके त्यांचे ओठ विलग होतात, आणि त्यातून एक स्मित बाहेर पडते. तिला आश्चर्य वाटते. कारण प्राध्यापकांना कुणी कधी हसताना पाहिलेले नसते. त्यांना स्वत:लाही ओशाळल्यासारखे होते. राग पुसला गेल्यावर त्यांचा चेहरा अगदी दुबळा दिसू लागतो आणि त्याची जाणीव होऊन डोळ्यांत पाणी जमू लागते. इतके दिवस त्या खोलीतले काही इकडचे तिकडे करायलासुद्धा त्यांना एक प्रकारची भीती वाटत असते. तसे केल्यास ती खोली रागावेल, असे वाटते. पण प्रत्यक्षात तसे काहीच झालेले नसते. स्वच्छ तोंड धुऊन चांगले कोरे लुगडे नेसलेल्या पोक्त स्त्रीसारखी ती खोली दिसते. त्यामुळे कृतज्ञतेने भारावल्यासारखी वाटते. त्यांना स्वत:ला आपल्या डोक्यावरची ओझी उतरवून ठेवल्यासारखे वाटते. आपली हरवलेली वर्षे हंगामात मोहोर परत यावा, तशी परत आलीत, असे वाटते. आणि मुख्य म्हणजे या बालिशपणाची त्यांना चीड येत नाही, उद्वेग वाटत नाही. एकंदरीत फारच मोठी किमया झालेली असते.

आता आली पंचाईत! त्या नीटनेटक्या खोलीला शोभायला एक चांगला आरसा घ्यायला हवा असतो. आरशात छबी दिसणार म्हणजे प्राध्यापकांना नीटनेटके राहायला लागणार असते. झालेच तर आता वर्गात फुलराणीची कविता शिकवायला लागणार असते.

प्राध्यापक तिला विचारतात : "ही जादू तू कुठे शिकलीस?" आपल्या बोटावर ते सोनेरी फुलपाखरू नाचवीत ती म्हणते, "एका संध्याकाळी हे फुलपाखरू मला मिळाले. ते जादूचे फुलपाखरू आहे. ही सगळी जादू त्याने केलेली आहे."

प्राध्यापक पुढे होऊन तिला म्हणतात, "मला देशील का तुझे फुलपाखरू? मला त्याची फार गरज आहे. मला कुणीच नाही. फार वर्षांपासून मी एकटा आहे. मला तुझे फुलपाखरू दे."

तिच्या डोळ्यांत पाणी तरारते. ती म्हणते, ''हे फुलपाखरू माझे नाही. कुणीतरी मला ते ठेव म्हणून दिले आहे. एका मावळतीला सागरतीरावर मला भेटलेल्या तरुणाचेच ते आहे. मी ते दुसऱ्या कुणालाच आता देऊ शकणार नाही. कधीच.''

ती जाते. तिच्याबरोबर ते फुलपाखरूही त्या खोलीतून जाते. पांगाऱ्याच्या गळणाऱ्या बहराखालून ती जाते. प्राध्यापक खिडकीतून तिच्या जात्या आकृतीकडे पाहात राहतात. संध्याकाळ गडद होते. काळोख पडू लागतो. खिडकीसमोरचा किरमिजी ढग आता काळा होतो. प्राध्यापक खिडकी लावून घेतात.

थोड्याच दिवसांत, पांगाऱ्याचा बहर साफ ओसरून गेला आणि चांभाराच्या दुकानाच्या माडीवरील ती खोली पूर्वीप्रमाणेच अव्यवस्थित दिसू लागली. प्राध्यापकांना फुलराणीची कविता वर्गात कधीच नीटशी शिकवता आली नाही.

झोप येत नाही तुला? फार दुखतोय का गुडघा? अरे असा कसा पडलास? मस्ती करीत असशील! नाही, काय? त्याशिवाय आपोआप का पडलास? आपोआप कुणी पडतं वाटतं? जमिनीनं पाडलं म्हणतोस? जमिनीचा का रे बाबा राग तुझ्यावर? तू काय केलंस तिचं? का ती मंतरलेली जमीन होती? की तिथं यक्षकिन्नर होते? गावाबाहेरची ओसाड जमीन तर नव्हती ना ती? खूप उंच टेकडीवरची हिरवळ तर नव्हती ना? नदीकाठची ओली माती नव्हती ना? डोंगरमाथा– हात्तेच्या, शाळेच्या ग्राउंडवरच तर पडलास– मग तिथं तरी आजूबाजूला कुणी होतं का? गवताला झोंबणारे पारदर्शक चतुर, तिळाएवढ्या पाकळ्यांची निळी फुलं?... लक्ष नव्हतं तुझं? अरे एवढा गोड चिमुकला मुलगा तू आणि फुला– पाखरांकडे लक्ष नसतं तुझं– मग मोठा झाल्यावर तुला आभाळाकडे बघायला तरी फावेल का?

दुखऱ्या गुडघ्याची गोष्ट

आता पुन्हा नीट सगळीकडे बघत जा! आता माझ्या म्हाताऱ्या चेहऱ्याकडे टक लावून बघतोय्स, तसं नीट निरखून पाहत जा. तसं नाहीस पाहत म्हणूनच जमीन रागावते तुझ्यावर...

उगी उगी. चुरचुरतंय् ना? थोड्या वेळानं बरं वाटेल. तोवर अगदी स्वस्थ पड पाहू. कंटाळा येतो पडून राहण्याचा? पण जमिनीला टेकलास की दुखतो ना पाय? आणि चळवळ किती करावी रे अख्खा दिवस? हं, आता स्वस्थ...

गोष्ट सांगितली तर राहशील स्वस्थ? अरे लबाडा, माझ्याकडून गोष्ट वसूल करण्यासाठी हा कांगावा होय?

– पण गोष्ट कसली सांगू तुला? रोजरोज तुला सांगून माझ्या गोष्टी संपून गेल्या बघ. बाटलीचं बूच उघडून मी सगळी गोष्ट रिकामी करतो. ती अत्तरासारखी उडून जाते. आता माझ्याकडे असल्या खूप रिकाम्या कुप्या तेवढ्या जमल्यात; आणखी काही नाही. आता नवीन गोष्ट कुठली काढू? तरुणपणी माझ्या टोपीत चांदण्याचा चुरा असायचा; तेव्हा डोक्यात नवीननवीन गोष्टी यायच्या. आता सांगू तरी कुठली गोष्ट? न बोलणाऱ्या राणीची की न लढणाऱ्या राजाची? पण आता राण्या फार बोलतात नि राजे एकसारखे लढतात. तेव्हा असली जुनीपानी गोष्ट तुला आवडायची नाही... फार दुखतोय का रे गुडघा? –म्हणजे अगदी गुडघ्याचं दुःख विसरायला होईल अशी गोष्ट हवी!

मग दुखऱ्या गुडघ्याचीच गोष्ट सांगतो. ऐक.

संध्याकाळची वेळ होती, डोंगरमाथा सोनेरी झाला होता. अशा वेळी तिथल्या पऱ्या एकत्र जमा होऊन फेर धरून नाचत होत्या. नाच अगदी रंगात आला होता. कसलं तरी बिनशब्दांचं गाणं त्या सर्वजणी म्हणत होत्या. मध्यभागी गिरक्या घेत वनराणी त्या गाण्याचे सूर सगळ्यांकडे फेकीत होती. ते झेलत झेलत त्यांनी फेर धरला होता. इतक्यात काय झालं, वनराणी गिरक्या घेता घेता खाली पडली. नाच थांबला. त्या सर्वजणी वनराणीच्या भोवती जमल्या. तिला उठवू लागल्या. पण तिला उठता येईना. तिच्या पायाला लागलं होतं. गुडघा दुखावला होता.

आता आली पंचाईत? वारा मोठा छान वाहतोय्. कुठंकुठं चांदण्या चमकतायृत! आभाळात ढग डोलतायृत! अशा सुंदर वेळी रडत बसून कसं चालेल? फेर कोण धरील? नाच कोण करील? पण राणीचा पाय दुखावलेला, तिला बरं कोण करील? साऱ्या चिंतेत पडल्या. एवढ्यात त्यांना चाहूल लागली. कुणीतरी येत होतं. तशी त्या सगळ्या, बसल्या जागीच गुप्त झाल्या. एक धनगर येत होता. त्याच्या हातात दुपारची राहिलेली शिदोरी होती. तो डोंगरमाथ्यावर आला नि खायला लागणार, इतक्यात त्याला वाटलं, इथं कीडमुंगी असेल– तिला संतुष्ट

करावं आणि मगच आपण खावं. असा विचार करून त्यानं भाकरीचे अगदी बारीक तुकडे केले नि इकडेतिकडे फेकले. नाचूननाचून पऱ्यांना लागली होती भूक. त्यांनी ते ताबडतोब खाऊन टाकले. तुकडे नाहीसे झालेले पाहून धनगर घाबरला. त्याला वाटलं, इथं जादूटोणा असेल. त्यानं राहिलेली भाकरी तशीच झाडाच्या ढोलीत ठेवली नि तो तिथून जाऊ लागला. पऱ्यांना वाटलं, यानं आपल्याला खायला दिलं, यालाही काहीतरी द्यायला हवं. त्यांनी केसांतली निळ्या बकुळीची फुलं काढली आणि त्याच्यासमोर ठेवली. एकदम एवढी निळ्या बकुळीची फुलं पाहून धनगराला आश्चर्य वाटलं. पण तो समजला. रानातल्या पऱ्यांशिवाय आणखी कुणाकडेच निळ्या बकुळीची फुलं असत नाहीत, हे त्याला माहीत होतं. तो धीर करून म्हणाला,

"पऱ्यांनो, पऱ्यांनो, मला दर्शन द्या. मी तुम्हाला इजा करणार नाही. तुमचा राग धरणार नाही. तुम्हाला पकडणार नाही. तुम्हाला विसरणार नाही."

पऱ्यांना तो आवडला. त्यांनी त्याला दर्शन द्यायचं ठरवलं. त्या डोंगरमाथ्यावर जिकडेतिकडे इवल्याइवल्या रंगीबेरंगी पारदर्शक पऱ्या दिसू लागल्या. वेलीला फुलं यावी, पाण्यात तरंग उठावेत, तशा एकदम पऱ्या दिसू लागल्या. मध्यभागी त्यांची राणी. जितकी सुंदर तितकीच खिन्न. पाकळ्या मिटलेल्या मोगऱ्यासारखी. धनगर म्हणाला, "तुमची वनराणी खिन्न का?"

पऱ्या म्हणाल्या, "नाचतानाचता तिचा गुडघा दुखावला."

धनगर म्हणाला, "मी करू का तिचा गुडघा बरा?"

पऱ्या म्हणाल्या, "तुझे उपकार आम्ही विसरणार नाही. परत फेडल्याशिवाय राहणार नाही."

धनगर हसला. ढोलीतून त्यानं भाकरी काढली. कांदा काढला. कांदाभाकरी ठेचून त्यानं राणीच्या पायावर बांधली. तिथली मंतरलेली माती थोडी त्यावर टाकली. उरलेली भाकरी बांधून परत ढोलीत ठेवली. राणीच्या कळा थांबल्या. पाय एकदम बरा झाला. टेकवतासुद्धा येऊ लागला.

ती म्हणाली, "तुम्ही माणसं भारी चलाख. माझा पाय बरा केलास, माझ्यावर उपकार केलेस. मी तुझ्यासाठी काय करू?"

बोलता बोलता राणी लाजली. पाहता पाहता खाली पाहू लागली. तिच्या सोनेरी केसांच्या बटा डोळ्यांवर हिंदकळू लागल्या नि नाकपुड्या थरथरू लागल्या. मग धीर करून तिनं वर पाहिलं नि ती म्हणाली,

"मी तुला इथला राजा करीन. पण एका अटीवर."

तो म्हणाला, "कुठल्या?"

ती म्हणाली, "काही झालं, तरी तू मला विसरायचं नाहीस."

तो म्हणाला, "छे, तुला कसा विसरेन? आज चंद्राची कितवी कला हे रोज मला बरोबर आठवतं. झिमझिम पाऊस किती दिवस पडला, हे माझ्या ध्यानात राहातं. मग मी तुला कसा विसरेन? वचन देतो. मी तुला विसरणार नाही."

एकाएकी मोठा वारा सुटला. डोंगरमाथ्यावरच्या त्या झाडाची पाने टपटपा गळून खाली पडू लागली. पऱ्या अचानक दिसेनाशा झाल्या आणि अंधार पडू लागला. आभाळात तारे चमकू लागले आणि उजेडाचे ठिपके डोंगर चढू लागले. धनगर वेड्यासारखा पाहत उभा राहिला, आपण कुठे आहोत, काय घडतं आहे, त्याला काही कळेना. उजेड जवळ येऊ लागला. हातांत मशाली घेऊन शेकडो लोक डोंगर चढत होते. धनगर डोळे ताणताणून पाहू लागला. हळूहळू ते जवळ आले. धनगराला म्हणाले,

"आमच्याबरोबर चलावं. आपणच आमचे महाराज. आमच्या देशाचे महाराज एकाएकी वारले. त्यांना वारस कुणी नाही. राजज्योतिषानं आपल्याला राजा करायला सांगितलं आहे. त्याच्या आज्ञेनं आम्ही आलो आहोत. आमची निराशा करू नका. राज्याचा स्वीकार केल्याशिवाय राहू नका."

धनगर गुंगीत असल्याप्रमाणे त्यांच्याबरोबर गेला आणि गादीवर बसला.

वसंत ऋतू आला आणि नागरिक म्हणू लागले की राजाला राणी हवी. राज्याला मालकीण हवी. देशोदेशीच्या सुंदरी राजाला सांगून येऊ लागल्या. कुणाचा एखादा तीळ जास्त भरे म्हणून, तर कुणाच्या भिवयांची कमान किंचित कमी ताणलेली असे म्हणून, राजा त्यांना नकार देई. अखेरीस एका देशाची राजकन्या राजाच्या फारच मनात भरली. पहाटेला नाकडोळे असते तर ती दिसती, तशी ती दिसत होती. राजा म्हणाला, "विवाहाची तयारी सुरू करा."

विवाहाची तयारी सुरू झाली. गुढ्यातोरणं उभारण्यात आली. राजाच्या विवाहाची मंगल वार्ता वाऱ्यावर, पाण्यावर घुमू लागली. राजकन्या लाजू लागली. पदर किंचित बाजूला करून तिने किलकिल्या डोळ्यांनी पाहिलेली ओझरती आकृती तिच्या रोज स्वप्नात येऊ लागली; आणि विवाहाची घटिका जवळ आली.

राजाचं लग्न लागलं आणि नववधूसह त्याची घोड्यावरून वरात निघाली. दिव्यांच्या लखलखाटानं रात्रीच्या पहिल्या प्रहरी उजाडल्यासारखं वाटू लागलं. प्रासादामधून हे कौतुक पाहाण्यात लोक गुंतले होते. इतक्यात राजाचा घोडा उधळला. तो काही केल्या आवरेना. मागल्या दोन खुरांवर तो उभा राहिला, आणि राजकन्या घोड्यावरून खाली पडली. सगळे तिला उचलण्यासाठी धावले, पण तिला उठून उभं राहवेना. तिचा गुडघा दुखावला होता.

तिला उचलून प्रासादात नेलं. तिच्यावर उपचार सुरू झाले. राजवैद्य दिवसरात्र धडपडू लागले. पण तिच्या कळा थांबेनात. तिच्या वेदना पाहवेनात. ती आता

मरणार, असं वाटू लागलं. आणि एकदम राजाला आठवलं, की आपण पूर्वी कुणाचा तरी दुखावलेला गुडघा बरा केला होता. एकदम त्याच्या मनात एक बिनशब्दांचं गाणं भिरभिरू लागलं. तो राजवाड्यातून बाहेर पडला. रस्ते तुडवीत गावाबाहेर आला. शेतं, नद्या, नाले ओलांडीत तो खूप खूप चालला. त्याला डोंगरमाथा दिसू लागला. बिनशब्दांच्या गाण्याची लय वाढत होती– वारा सोसाट्याचा होता. राजा डोंगरमाथ्यावर चढला. तिथं त्याला ते झाड दिसलं. वाऱ्याने त्याची सगळी पानं गळली होती. अधीरपणे त्याने त्याच्या ढोलीत हात घातला नि बाहेर काढला. त्याच्या हातात रत्नामाणकांनी भरलेलं ताट होतं. तो रडकुंडीला आला. संतापाने त्याने ती हिरेमाणकं इकडे तिकडे फेकून दिली; आणि तो म्हणाला, ''मला हिरेमाणकं नकोत. मला माझी भाकरी हवी– मला माझी भाकरी हवी.''

त्याने पुन्हा ढोलीत हात घातला. काळोख पडू लागला. त्याच्या हाताला नाण्यांनी भरलेल्या थैल्या लागल्या. त्याने त्या खाली दरीत फेकून दिल्या– वारा अधिक जोराने वाहू लागला. राजा सुन्न होऊन जमिनीवर बसून राहिला. म्हणाला,

''नको अशी चेष्टा करूस– नको जिवाशी खेळूस. तिचे प्राण संकटात आहेत. माझी भाकरी परत दे– माझी भाकरी परत दे.''

निळ्या बकुळीच्या फुलांची त्याच्यावर बरसात झाली तेव्हा त्यानं वर पाहिलं. वनराणी त्याच्यासमोर उभी होती. तिच्या हातात फडक्यात बांधलेली भाकरी होती, कांदा होता. ते पुढे करून ती म्हणाली,

''तुझी आठवण म्हणून मी हे ठेवून घेतलं होतं, पण तुला हवं असेल तर घेऊन जा. तिला दे. माझं आयुष्यही तिला दे.''

त्यानं थरथर कापत ती भाकरी हातात घेतली– वाराही संथ वाहू लागला, आभाळात चांदण्या उगवल्या आणि...

अरे, तुला झोप लागली वाटतं– गुडघा दुखायचा थांबलेला दिसतो. नीज. स्वस्थ नीज. ही शाल घालतो अंगावर– म्हणजे रात्री थंडी वाजायची नाही, आणि सकाळपर्यंत साफ बरं वाटायला लागेल...

काही गाणी चटकन विसरून जाण्यासाठी असतात. हातात आली आली असे वाटताना निसटून जाणाऱ्या चंचल फुलपाखरांसारखी. नाहीतर जलाशयावर क्षणार्ध चमकून नाहीशा होणाऱ्या चिमुकल्या सोनेरी मासोळ्यांसारखी. त्या क्षणापुरती ती आपल्याला वेडावतात. त्या क्षणी त्या स्वरांवर आपण झुकतो, भुलतो; पण नंतर वाटा वेगळ्या होतात. वाऱ्याची झुळूक कुठे गेली याचा जसा ठाव लागत नाही तसे सूर हरवतात, गाणे विसरते. पण काही स्वर जिव्हारी लागतात, घायाळ करतात. बाणांसारखी काही गाणी इतकी खोल रुतून बसतात की, ती प्राणांबरोबरच बाहेर पडतात. विसरून गेलो, हरवून बसलो, या स्वरांना कायमचे पारखे झालो, असे वाटता वाटताच ते परत कुठेतरी भेटतात. कुठेही संधिप्रकाशात एकाकी माळावर ते अद्भुत आकार घेतात, झिमझिम पावसात भिजून ओल्या बटा वाळवणाऱ्या

स्वप्नातील चांदणे

रानात अवचित उगवतात. वादळाच्या संतापातून आक्रोशतात. नाहीतर भरतीने मऊचिप्प झालेल्या पुळणीवर संथ नागमोड रेखतात.

काही स्वप्ने अशीच खोल जाऊन भिडतात. जिवाला चिरतात– रक्तात पसरतात. काही स्वप्ने, पहाट काळोखाच्या कोशात असतानाच पाण्यावरच्या प्रकाशासारखी विस्कटून जातात. पण काही स्वप्ने, चंद्रप्रकाशातील सावल्यांप्रमाणे, सोडून गेली म्हणताना पाठपुरावा करीतच राहतात. मनाच्या आकारातून साकारलेली ही स्वप्ने नंतर उलट मनालाच आकार देत राहतात. माणूस मग समोरचे विसरतो. उघड्या डोळ्यांपुढचे त्याला दिसेनासे होते. स्वप्ने दारे उघडतात, पायऱ्या दिसू लागतात, दिवे पेटतात, सिंहासने मांडली जातात. स्वप्ने राज्ये देतात. आणखी, काही धीट हिकमती स्वप्ने या राज्याच्या बदल्यात सारे काही मागतात. सारे जिणे देऊनही एखाद्या स्वप्नाचे देणे भागत नाही. कुणीतरी मुळी स्वप्नासाठीच जगत राहते, आणि स्वप्न खरे ठरते, जगाहून, जिण्याहून. विपरीत अशी स्वप्ने... मोठी विलक्षण!

अशा लक्षावधी विलक्षण स्वप्नांचा चुरा करून तो एका राजकन्येच्या जन्मवेळी जमलेल्या पऱ्यांनी तिच्यावर उधळला. त्यामुळे ती जसजशी मोठी होत गेली, तसतशी तिची स्वप्नेही वाढत गेली. त्यांना पंख फुटले. पंखांत झेप आली. झेप विस्तारली. राजकन्या वयात आली आणि तिचे मन शरीरात मावेना. रूप लखलखू लागले, तसे चित्त दिशादिशांना उडू लागले. जसा उगाचच हर्ष व्हायचा, तसे कुठल्या निनावी दुःखाने डोळेही भरून यायचे. कधी नुसत्या हिरवळीवर ठेवल्याने पाय शिणायचे, तर कधी मस्तक फत्तराचे कठीण उसे मागायचे. कधी उन्हात डुंबण्यासाठी तिने सूर्यफुलाचा हेवा करावा, तर केव्हा तिच्या तारुण्याने, तो अंगार सांडतो म्हणून चंद्राला बोल लावावा. कधी फूल कुस्करले म्हणून मन व्याकूळ होई आणि उद्यानातून उठून एकटेच क्षितिजापार जाई. कधी नगरातली रोषणाई बघताना मनाचा उत्सव होई, आणि रथातून उतरून ती गर्दीत मिसळू पाही, तर कधी जिवाभावाच्या सखीला दूर लोटून ती म्हणे, ''एकांताचीही सोबत नको.'' पौर्णिमेच्या रात्री ती तटावर उभी राही, नि चंद्रावरच्या गूढ आकृतींना संदेश पाठवी. किरमिजी संध्याकाळी वाऱ्यावर उडालेल्या पाखरांच्या थव्याला हात हलवून निरोप देई, तर कधी रानफुलांच्या बहराला कुशल विचारी. कधी चौफेर भिरभिरणारी नजर दूरदेशच्या प्रवासाला निघून, गलबतावर अडकलेल्या कंदिलाबरोबर खिळून राही. राजकन्येची सप्तरंगी स्वप्ने मग तारुण्याचे गूढ मंत्र तिच्या कानांत गुणगुणत राहत...

एका शरदरात्री तिची निद्रा एकाएकी चाळवली. या कुशीवरून ती त्या कुशीवर वळली. मंचकाजवळ अंधुकपणे जळणारा दीप उत्सुक झाला तशी राजकन्या पलंगावर उठून बसली. तिचे डोळे अजूनही मिटलेलेच होते, नि त्या पाकळ्यांत एक नवेच स्वप्न बंदिस्त झाले होते. झोपेतच ती पलंगावरून खाली

उतरली. क्षितिजावरून अगदी अस्पष्ट, चंचल, वेडावणारे सूर आले... आणि राजकन्येची पावले उचलू लागले. तिच्या अंगावरचे उबदार पांघरूण हलकेच खाली पडले. दारावरचा मखमली पडदा बाजूला झाला नि चांदण्याचा एक कवडसा तिच्यावर पडला. त्याच क्षणी तिच्या उरातली सारी स्वप्ने पहाटेच्या कळ्यांसारखी पाहतापाहता उमलली. उरावरचे उत्तरीय घसरून खाली ओघळले. राजकन्येने छायाप्रकाशातून पावले टाकीत एक लांबलचक सज्जा ओलांडला. तिच्या नाजूक पावलांच्या चाहुलीने, दाणे टिपणारी कबुतरेसुद्धा हलली नसती, मग द्वाररक्षक तर काय, उंची मद्य अधिक प्रमाणात सेवून सुस्तावलेच होते. कठड्याच्या नक्षीदार आधाराने ती साऱ्या पायऱ्या उतरली– सवयीने ती मनात रोजच्यासारखे म्हणालीही असावी की, या पायऱ्यांची संख्या नि माझ्या सर्वात लाडक्या सरातील मोत्यांची संख्या अगदी बरोबर जुळते. प्रमुख जिन्याने ती खाली आली. तरीही ते कुणाला समजले नाही. फक्त दरवाजाशी टांगलेल्या सोन्याच्या पिंजऱ्यातील मैनेने ते पाहिले आणि ती गाढ झोपलेल्या राघूला ते दाखवण्यासाठी जागे करू लागली, परंतु त्यानेच उलट तिला गप्प केले. मधला चौक झोपेतच ओलांडून राजकन्या मुख्य दरवाजाशी आली आणि निळसर चंद्रप्रकाशात तिला त्याची शस्त्रधारी आकृती दिसली.

आपल्या दिशेने कुणी येत आहे, असे दिसताच तो फेऱ्या घालण्याचे थांबवून एका जागी खिळल्यासारखा स्तब्ध उभा राहिला. मग तो पुढे आला. 'कोण आहे?' म्हणून तो हटकणार, एवढ्यात राजकन्या कशालाशी ठेचाळली. तो स्वाभाविकपणेच पुढे झाला नि त्याने तिला आधार दिला. क्षणभर चंद्र मेघांआडून बाजूला झाला आणि चंद्रप्रकाशात त्याला तिचा चेहरा दिसला. राजकन्येला पाहून तो आश्चर्यात बुडून गेला. पण त्याहून अधिक आश्चर्य त्याला वाटले, ते तिच्या डोळ्यांकडे पाहून. ते अद्यापही मिटलेलेच होते.

तिने नि:शंकपणे आपले हात त्याच्या गळ्यात टाकले आणि त्याच्या रुंद छातीवर रेशमी केसांचे डोके ठेवून ती गाढ झोपी गेली. त्याने तिला हातांवर उचलून घेतले नि तो संगमरवरी कट्ट्याशी गेला. त्याने तिला कट्ट्यावर ठेवले व तो तिला जागे करू लागला. त्या अस्मानी चांदण्यात ती हळूहळू उठून बसली. आपले काळेभोर डोळे तिने उघडले. त्यांची काहीशी अस्थिर हालचाल केली. जागेवर नसलेले उत्तरीय सावरल्यासारखे केले, आणि आपला शुभ्र कमळासारखा हात त्याच्या दिशेने उचलला. अंगठ्याशेजारचे बोट त्याच्या छातीवर रोवून ती म्हणाली, "तू माझा आहेस." त्याच्या लक्षात आले की ती अजूनही झोपेतच आहे. तलम वस्त्रांतून थरथर कापत ती म्हणाली, "मला थंडी वाजते." त्याने आपल्या अंगावरचा जाड्याभरड्या कापडाचा झगा काढला व तिला पांघरायला दिला. चंद्रावर ढग जमले. ती मनातल्या मनात बोलल्यासारखे म्हणाली, "तू... मी... तू माझा..."

आणि ती त्याच्या जवळ सरकून त्याच्या कुशीत झोपी गेली. तिचे ते शब्द त्याच्या मनात घुमले आणि तो शहारला.

आजवर कुणीच त्याला आपले म्हटले नव्हते. त्याची विधवा आई खंगूनखंगून मरून गेली होती. शेवटी त्या अर्भकाला जवळ घेऊन तिने त्याच्या डोक्यावरून हळूच हात फिरवला होता. तेवढाच स्पर्श त्याच्या कायम लक्षात होता. तेव्हापासून त्याला तटावरच्या निशाणासारखे एकट्यानेच फडकत राहावे लागले होते. राजवाड्यात आनंदाचा जल्लोष चालू असला की, माणसांच्या गर्दीत पहारा करता करता त्याला एकटे वाटू लागे. सारे शांत असले की, अपेशांच्या सावल्या त्याच्या अंगावर हात टाकीत. दूरवरच्या तळ्याचे पाणी चांदण्यात थरथरल्यासारखे होई, तेव्हा चंद्रकिरण विविध सुंदर मानवी आकार धारण करीत. ते आभास ओसरले की, तो हताश निःश्वास सोडी नि आपले बलिष्ट दंड दाबून घेई. आताही त्याच्या डोळ्यांत पाणी जमले नि त्याने सुस्कारा सोडला. त्याच्या श्वासाने राजकन्येच्या कपाळावरची बट किंचित हलली. तेव्हा त्याला आपल्या हातून केवढा तरी अपराध घडल्यासारखे वाटले. त्याने तिच्या केसांवरून आपला राकट हात अगदी सांभाळून फिरवला. तो असे करीत असतानाच तिने मगाशी उच्चारलेल्या शब्दांचे ध्रुपद झाले, आणि त्याच्या मनात एकसारखे हेलकावू लागले. क्षणभर त्याला वाटले की, हा अशक्य आभास आहे; पण त्याची हुरहुर म्हणाली की, या क्षणाइतका सत्य– इतका जिवंत क्षण दुसरा कुठला नसेल. क्षितिजावरून विलक्षण नाजूक, सुरेल वाद्यांवर छेडलेले सूर त्याला ऐकू आले नि त्याच्या मनात पुन्हापुन्हा घुमणाऱ्या त्या ध्रुपदाचे हरवलेले कडवे त्याला सापडले. तो खाली वाकून तिच्या कानात पुटपुटला : "होय, होय, तू माझी आहेस. माझीच आहेस."

त्याने तिला जवळ ओढले आणि पहाडात घुमणाऱ्या वाऱ्याच्या बेबंद आवेगाने तो तिची एकामागून एक चुंबने घेत सुटला. आपला सारा एकटेपणा दूर जायचा असेल तर तिला शक्य तितके जवळ घ्यायला हवे, असे त्याला फार वाटू लागले. आपले सारे आयुष्य धडपडीत आणि दारिद्र्यात गेले, आपल्या पराक्रमी पौरुषावर अन्याय करून आपल्याला सामान्य पहारेकरी बनविण्यात आले, आपल्या टीचभर खोलीत उंदीरघुशींनी बिळे पोखरली आहेत, या साऱ्या एकसारख्या टोचणाऱ्या दुःखांवर त्याला उपाय सापडल्यासारखा वाटू लागला. नव्हे, आता ते सारे संपलेच होते. तो नव्या जगाचा झाला होता. तोच नवा झाला होता– पुन्हा एकदा जन्मला होता. जिथे तिन्ही त्रिकाळ फक्त चांदणेच बरसत होते, अशा जगात त्याने जन्म घेतला होता. तिथल्या चांदण्याला प्राजक्ताचा सुगंध होता, सुगंधाला सुरांचे वेड होते आणि सुरांना अद्भुत आकार होते. आकारांना जगावेगळे रंग होते. रंगांना पावसाचा ओलावा होता. ओलाव्याला थंडीचा काटा होता आणि गारव्याला

चांदण्याची कांती होती....

क्षितिजावरून लहरत येणाऱ्या संगीताच्या सुरांना जेव्हा पहाटेची लाली आली, तेव्हा ती दोघे एकमेकांपासून दूर झाली. तिने आपले हात त्याच्या गळ्यातून काढले. संगमरवरी चौथऱ्यावरून ती उठली, त्याच्या भुवयांमधोमध तिने पुन्हा एकवार आपले ओठ टेकवले आणि ती शांतपणे चालू लागली. तिने एकदाही मागे वळून पाहिले नाही. गुंगीतच तिने मधला चौक ओलांडला. पायऱ्या मागे टाकल्या, सज्जा संपवला, पडदा बाजूला सारला आणि मंचकावर चढून अंगावरून पांघरुण गच्च लपेटून घेऊन ती शांत शांत झोपी गेली...

सकाळच्या उन्हाचा अजस्त्र सोनेरी पंखा अंगावर झुलू लागला, तेव्हा राजकन्या जागी झाली. तिला रात्रीचे सारे आठवत होते, तरी काही स्मरत नव्हते. जाणवत होते, तरीही समजत नव्हते. ती आरशात पाहत बसली, राघूशी बोलत राहिली, राजनर्तकींकडून घुंगूर घेऊन गिरक्या घेत नाचली देखील. तरी तिला कळेना, की हा आनंद कसला? कारंज्यात थयथयणाऱ्या पाण्याला तिने विचारले, सौधावरच्या दगडी राजहंसाला विचारले, अखेरीस मोरपीस गालांवरून फिरवीत प्रतिबिंबाला विचारले. कुणीच काही बोलेना. पण माहीत होते साऱ्यांनाच; कारण सगळीकडे उत्सव चालला होता. घाईने गडबडगोंधळ करणाऱ्या दासींची पावले आज नर्तकींच्या डौलात पडत होती आणि मेघ न दिसताच मोर नाचत होता. फुले वेळेआधीच फुलली होती आणि पाखरांची कळी खुलली होती. कारंज्यात एक प्रचंड इंद्रधनुष्य अडकले होते. आणि बाजारच्या रस्त्यांवर नागरिक वरात निघाल्यासारखे मिरवत होते. एवढे सारे दिसले तेव्हा राजकन्येला कळले की, काल रात्री आपल्याला एक अद्‌भुत स्वप्न पडले... जी स्वप्ने इतके दिवस वाट चुकल्यासारखी उरात किलबिलत होती, ती अखेर एका वेगळ्या दिशेला थव्याथव्याने उडू लागली. आता दिवस जायचा होता तो रात्र येण्यासाठी आणि रात्र यायची होती ती स्वप्ने फुलवण्यासाठीच.

अखेर रात्र झाली आणि आदल्या रात्रीचीच स्वप्ने नव्या रंगांनी फुलली. त्यानंतर असे रोजच होऊ लागले. राजकन्या झोपेत मंचकावरून उठे आणि झोपेतच पहाटे आपल्या दालनात परत येई. जे घडत होते ते ती एक स्वप्नच समजत होती. न संपणारे, सत्याहून सत्य असे स्वप्नच! त्या स्वप्नातून तिला जागे करण्याचा धीर तिच्या प्रियकराला झाला नाही.

अशा कित्येक रात्री गेल्या. स्वप्न अधिक गहिरे झाले, गडद झाले, सूर अधिक उंच गेले, शब्द अधिक स्पष्ट आले, मन अधिक व्याकूळ झाले, व्रण अधिक खोल गेले.

आणि एके दिवशी राजकन्येच्या विवाहाची तयारी सुरू झाली. कुण्या वैभवशाली देशाच्या पराक्रमी सम्राटाशी तिचा विवाह ठरला. राजकन्या कष्टी झाली. पित्याला म्हणाली, ''माझे लग्न ठरले आहे. करीन लग्न तर माझ्या मनातल्या तरुणाशी.''

राजाने विचारले, ''कोण आहे तो?'' ती म्हणाली, ''ज्याच्या कमरेला खड्ग आहे आणि डोळ्यांत कविता आहे, असा एक राजबिंडा तरुण चांदण्यात माझी वाट पाहत उभा असतो...'' राजाने पुन्हा विचारले, ''तो कुठे आहे?'' राजकन्या म्हणाली, ''माझ्या स्वप्नात.'' राजा म्हणाला, ''स्वप्नातला तरुण आणायचा कसा? तुझे लग्न लावायचे कसे?'' राजकन्या म्हणाली, ''तर मग मी तशीच राहीन. एवढे मोठे सम्राट म्हणवता आणि तुम्हाला आपल्याच राज्यातला, माझ्या स्वप्नातला तरुण सापडत नाही?'' राजा निरुत्तर होऊन परतला. राजकन्येच्या विवाहाची तयारी उधळली गेली आणि त्या दिवसापासून राजकन्या अंथरुणाला खिळली.

राजाला तिच्या प्रकृतीची काळजी वाटू लागली. दिवसरात्र तिच्या तैनातीला वैद्य राहत. दासदासींचा आसपास सक्त पहारा असे. रात्री तिने झोपेत चाळवाचाळव केली तरी दासी तिला हवे नको विचारायला धावत येत. तिच्यावर कसून लक्ष ठेवण्यात येई. राजकन्या रात्री पलंगावर उठून बसे. तिला ताबडतोब नीट निजवण्यात येई. ती चालू लागण्याचा प्रयत्न करी. लगेच तिला गुंगीचे औषध पाजण्यात येई. चांदण्याचा कवडसादेखील तिच्या अंगावर पडू लागला तर लगेच जवनिका ओढली जाई. राजकन्येची झोप यत्किंचितही चाळवू नये अशी काळजी घेण्यात येई. आणि तरीही राजकन्या सकाळी उठे ती अधिकच निरुत्साही, अशक्त होऊन. तिचे स्वप्न हरवले होते. त्यामुळे ती बेचैन होती. दिवसभर डोळे मिटूनही पूर्वीचे मधुर स्वप्न नजरेआड कसे झाले, हे तिचे तिलाच कळत नव्हते. सर्व औषधे करून झाली. पहारा अधिक कडक झाला. परंतु राजकन्या दिवसेंदिवस अधिकाधिक व्याकुळ होऊ लागली. तिचे दुखणे विकोपाला जाऊ लागले.

इकडे पहारेकरी तिची रोज वाट पाही. रात्र पडू लागली की त्याला वाटे, आज ती नक्की येईल. चंद्रोदय झाला तरी कुणीच फिरकत नसे. मग तो खिशातून छोटा बाजा काढून चंद्राकडे बघत वाजवीत बसे. त्याला समजायलासुद्धा लागले नव्हते, अशा वयात त्याच्या बापाने त्याला तो बाजा आणून दिला होता आणि त्यानंतर त्याचा बाप कुठे कोण जाणे, निघून गेला होता. पुढे जेव्हा त्यांच्या घरावर जप्ती आली तेव्हा सगळी चीजवस्तू सावकाराच्या ताब्यात गेली, पण त्याने खिशात लपवून ठेवलेला हा बाजा मात्र बचावला. त्यामुळे तो बाजा कधीच आनंदी सुरात वाजू शकत नसे. चंद्रास्त झाला तरी राजकन्या येतच नसे; बाजाही त्याला साथ देऊन थकून जात असे. पहाट झाली, नि एकेक आकार उजळू लागला तरी पहारेकरी राजकन्येची वाट पाहतच राही. पण ती काही येत नसे. सकाळ झाली की तो बाजा खिशात टाकी आणि फरफटल्यासारखा घरी येऊन आढ्याकडे पाहत पडून राही. पण त्याला झोप येत नसे. तो जेवण वाढून घेई, पण त्याला एक कण जात

नसे. कुत्र्याला बोलावून तो सारे अन्न देऊन टाकी. दुपारच्या उन्हात तो जीर्ण, भग्न देवळाच्या तुटक्या पायऱ्यांवर जाऊन एकटाच बाजा वाजवीत बसे. बाजाचे सूर तिथल्या फुटक्या, दगडी मूर्तीमधून घुमत. संध्याकाळ झाली की तो आशेने तळ्यापाशी जाई. त्याची चाहूल लागली की, तिथल्या पारव्यांचा कळप दचकून पंखांचा केवढा तरी फडफडाट करीत उडून जाई. तो निश्चलपणे कट्ट्यावर बसून राही– रात्रीची वाट पाहत. रात्र एकटीच येई. अशा कित्येक अमावस्या, पौर्णिमा गेल्या, आणि त्याला वाटू लागले की, आपण पाहिले ते स्वप्न होते. मात्र त्या स्वप्नासाठी तो जीव धरून होता. त्या रात्रीसाठी तो दिवस ढकलीत होता.

एके दिवशी कुणी म्हणाले की, राजकन्या अंथरुणाला खिळली आहे. खात नाही, पीत नाही, अगदीच हटली आहे. कदाचित ती फार काळ जगणारसुद्धा नाही. हे ऐकून पहारेकऱ्याला धक्का बसला. त्याचा जीव गलबलून गेला. त्याने नीट चौकशी केली. त्याला सारे कळले. तो घरी आला. विचार करीत पडून राहिला. बाजा त्याने ओठांनाही लावला नाही. खाणेपिणे त्याला आठवले नाही, दारात घोटाळणाऱ्या कुत्र्याला काही देणेही सुचले नाही. कधी नव्हे एवढ्या गंभीरपणे त्याचा विचार कितीतरी वेळ चालूच होता. अखेर पडक्या पश्चिम खिडकीतून मावळते किरण आत आले, तेव्हा त्याचा काही एक निश्चय ठरला. एक फिकट हसू त्याच्या ओठांवर आले. राजकन्या सुखी व्हायची तर आपले स्वप्न स्वप्नच राहिले पाहिजे, असे त्याने पक्के ठरवले. भिंतीच्या उडालेल्या गिलाव्याकडे आणि उखणलेल्या मातीकडे पाहत तो म्हणाला, ''हे घर उंदीरघुशींना आणि माझ्यासारख्या दरिद्री फटिंगाला चांगले. राजकन्या इथे येऊ शकणार नाही. कधीच नाही.'' मग तो स्वत:ला म्हणाला, ''अरे मर्दा, एवढे जिथे सहन केलेस तिथे यातच काय आहे मोठे? आणखी एक पराभव, असेच समज.'' त्याने खांदे उडवले आणि बाजा खिशातून काढून ओठांना लावला. क्षितिजावरून येणाऱ्या त्या ओळखीच्या सुरांना विसरून जाण्याचा त्याने त्याच क्षणी निर्धार केला.

त्याने शीळ घालीत वेष बदलला. दाढीमिशा लावून तो अवलियासारखा दिसू लागला. काजळाने चेहऱ्यावर रेषा ओढून तो वृद्ध झाला. काठीच्या आधाराने वाकून चालत तो राजवाड्यात गेला. म्हणाला, ''राजकन्येच्या दुखण्यावरचा इलाज मला माहीत आहे. मला तिच्याकडे घेऊन चला.'' ते हकिमाला राजकन्येकडे घेऊन गेले. पहाटेच्या मालवत्या चंद्रकोरीसारखी ती दिसत होती. तिच्या क्षीण देहात प्राण फार काळ वास्तव्य करणार नव्हता. हकीम राजकन्येची दशा पाहून हळहळला. त्याने सर्वांना बाहेर जाण्यास सांगितले. पलंगाजवळच्या छोट्या आसनावर तो बसला आणि पुढे वाकून हलकेच म्हणाला, ''राजकन्ये, डोळे उघड.''

राजकन्या तंद्रीत होती. हरवलेल्या स्वप्नांमध्ये भटकत होती. एकाएकी ती

थबकली. तिला आवाज परिचयाचा वाटला. कसला तरी धागा सापडला. तिने डोळे उघडले आणि व्यक्ती ओळखीची नाही, असे दिसताच पुन्हा मिटले. हकीम म्हणाला, ''ऐक राजकन्ये, तुझ्या भल्याचे सांगतो. मी हकीम आहे. भूत, भविष्य जाणणारा आहे. तुझे दुःख मी अंतर्ज्ञानाने जाणतो. पण असे चालायचे नाही. अगदी चालायचे नाही.'' राजकन्या हळूहळू उठून बसली. या आवाजात एक अद्भुत किमया होती. या आवाजात हुकमत होती. हा आवाज सारे काही ऐकायला भाग पाडीत होता. ती त्याकडे नीट लक्ष देत होती. त्या आवाजातला मंत्र तिला तसे करायला लावीत होता.

हकीम पुढे म्हणाला, ''तू प्रेमात पडली आहेस, पोरी. पण प्रेम असे केलेस की, ते राहिले अंतराळी नि तू राहिलीस भूमीवर. प्रेम असे केलेस की, यक्षगंधर्वांनी पाहून लाजावे. तू बघितलेस स्वप्न असे की, जे कधी खरे व्हायचे नाही. स्वप्नात तिन्ही त्रिकाळ चांदणे खरे; पण तू त्यात गारठशील. तुला थोडे ऊन हवे, थोडी सावली हवी. म्हणून म्हणतो, पोरी, माझे ऐक, माझे तरी ऐक. तू जे पाहिलेस, जे अनुभवलेस ते विसरून जा. स्वप्नातून आजवर तुला कुणी जाग आणली नाही. पण आता सांगतो: जागी हो राजकन्ये, नीट जागी हो.'' एवढे बोलून तो गेला. ती खिन्न होऊन बसून राहिली. हकीम दिसेनासा झाला. त्याने बाजूला सारलेल्या किनखापी पडद्याचा गोंडा हलत राहिला.

राजकन्या किती तरी वेळ त्या हलत्या सोनेरी गोंड्याकडे नि त्याच्या जांभळ्या सावलीकडे पाहत राहिली आणि एकदम ती स्वप्नातून जागी झाली. सगळे धुके विरले. कसली तरी खूण पटली. राजकन्येला भोवळ आल्यासारखे झाले. जागच्या जागी ती खाली बसली. रंगीत नक्षी बसवलेली ती गुळगुळीत फरशीची जमीन आपल्याभोवती फेर धरून राहिली आहे असे तिला वाटले. खिडक्यांच्या निळ्या काचा हिरवट ज्वाळांनी पेटून उठल्या. झंझावातात सापडल्यासारखे पडदे फडफडू लागले. तिची नजर वर गेली. छतावरून पाच मदनबाळे तिच्याशी हसत धनुष्ये सज्ज करू लागली आणि राजकन्येची शुद्ध हरवली... तिला सारे काही स्पष्ट समजले. तिच्या डोळ्यांसमोर एक नवीन मार्ग उघडला– तो थेट राजवाड्याच्या प्रमुख दरवाजावरच्या चौकीपहाऱ्याशी पोहोचत होता...

– चौकीपहारा आज रिकामा होता.

पहारेकऱ्याने एक छोटे गाठोडे खांद्यावर मारले आणि घराला कुलूप लावले. खिशातला बाजा चाचपून पाहिला आणि तो निघाला.

गावच्या वेशीपर्यंत कुत्रा त्याला सोबत करायला आला. पहारेकरी चालतच राहिला. अखेर गाव मागे पडला; तरीही तो चालतच होता. जे घडले होते, त्यापासून

जमेल तेवढे दूर जावे म्हणून तो चालत राहिला. शेवटी तो दमला. अंधार पडला. त्याला एक धर्मशाळा दिसली. तिथेच तो जमिनीवर पसरला आणि गाढ झोपी गेला...

रात्री झंझावात सुटला. पालापाचोळा गिरक्या घेत उंचउंच जाऊ लागला. पावसाचा थेंबही नव्हता. पण प्रलय होत असल्यासारखे आवाज येत होते. दाही दिशांतून घनगंभीर सूर घुमू लागले, आणि एक चमत्कार झाला. पहारेकरी गाढ झोपेतच उठून बसला. धर्मशाळेच्या पायऱ्या उतरून तो धावत सुटला. चंद्राला ढगांनी वेढले. सगळीकडे काळोख पसरला होता. पण त्याला प्रकाशाची गरज नव्हती. त्याचे डोळे मिटलेलेच होते. त्याच्या पावलांना, त्याच्या रक्ताला ती वाट माहीत होती. धावतच तो गावाच्या वेशीतून आत शिरला. पाचोळ्याची गती वाढत होती. पाचोळा चक्राकार फिरू लागला. सुरांचा कल्लोळ वाढला. राजवाड्याच्या झालरी हलत होत्या. झुंबर हिंदकळत होते नि त्याबरोबर सावल्या सगळ्या दालनभर झिम्मा खेळत होत्या. राजकन्या मंचकावर उठून बसली. आता ती संपूर्ण जागी होती.

दासींनी तिला झोपविण्याचा प्रयत्न केला. पण तिने त्यांना बाजूला सारले. हाताने पडदा सरकवून ती दालनाबाहेर पडली. मेघ चंद्राभोवती गोलगोल धावू लागले. राजकन्येने सज्जा ओलांडला. शिपाई तिच्या वाटेत आले. तिने नुसता हात उचलला. तिच्या नजरेतला निर्धार पाहून ते बाजूला झाले. त्यांतील काही जण हा प्रकार राजाच्या कानांवर घालायला धावत गेले, पण राजकन्या थांबली नाही. घाईघाईने पण निश्चयाने ती पायऱ्या उतरून खाली आली. धीटपणे तिने मधल्या चौकातला अंधार ओलांडला. झंझावात गर्जत होता. दिशादिशांची तृषा बंड करून उठली होती. पिसाट सुटलेला वारा मेघखंड इतस्तत: भिरकावीत होता. राजकन्या मुख्य दरवाजाशी आली. राजवाड्यात हल्लकल्लोळ माजला. दरबारी जमले. सारे राजकन्येच्या पाठोपाठ निघाले. पण तिच्या पायांना पंख फुटले होते. तिचे शरीर अधीर होऊन वाऱ्यावर निघाले होते. कान सुरांची चाहूल घेत होते. डोळे उत्सुक झाले होते. क्षणभरच ती त्या सोसाट्याच्या वावटळीत राजवाड्याच्या अजस्त्र दरवाजाशी उभी राहिली. आणि मग एकदम तिला तो तळ्याजवळून पळत येताना दिसला. असंख्य अमानुषांनी झपाटल्यासारखा तो तिच्याकडे येत होता. त्याला जाग नव्हती. त्याचे डोळे अजूनही मिटलेलेच होते. वाऱ्याचे सूर उंचउंच गेले. राजवाड्याच्या दारात येऊन पाहणारे दरबारी स्तंभित झाले.

राजकन्या राजवाडा सोडून तळ्याच्या दिशेने धावत सुटली होती. त्याच्यापाशी जाऊन तिने त्याला जवळ ओढले. त्याने मिटल्या डोळ्यांनी तिला पाहिले आणि एक तृप्तीचा नि:श्वास सोडला. दुसऱ्याच क्षणी त्याने तिला कधी न तुटणारी घट्ट मिठी मारली. तो अजूनही स्वप्नात होता. ती संपूर्ण जागी होती. जे घडत होते ते मात्र अगदी सत्य होते.

अगदी काल-परवापर्यंत आमच्या बंगल्यासमोरच्या पत्र्याच्या खोपटात एक राजकन्या राहत होती. नंतर ती, कुठे कोण जाणे, निघून गेली.

मी एक सरदार आहे. परवाच माझा सातवा वाढदिवस थाटामाटात साजरा झाला. मला खूप खेळणी, खाऊ आणि चित्रांची पुस्तके भेट मिळाली. काही पुस्तके तर इतकी छान होती– त्यांतली चित्रे तर पुस्तकाच्या पानांवर उभीसुद्धा राहायची. आणि चित्रे तरी कोणाकोणाची?– पऱ्या, राजे, राण्या, राक्षस आणि राजकन्या अशा मंडळींची. त्या दिवशी तसले एक चित्र दाखवून मी डॅडींना विचारले– 'डॅडी, पऱ्या कुठं राहतात हो?' तशी डॅडी हसून म्हणाले, 'अरे वेड्या, पऱ्या काही खरोखरीच्या नसतात.' मम्मीला मी विचारले, 'मम्मी– तू खरा राक्षस कधी पाहिला आहेस?' तशी मम्मीने नुसताच माझा पापा घेतला

फाटक्या कपड्यांतली राजकन्या

आणि ती 'स्वीट चाइल्ड' असे म्हणाली. मम्मी– डॅडींना काही कळत नाही. पण मला पक्के माहीत आहे की जगात कुठे ना कुठेतरी पऱ्या आहेतच. राजे, राण्या– आणि अरे बापरे, राक्षससुद्धा असणारच मग. पण असू देत– आपल्याला काही भीती नाही म्हणा. आमचे घर म्हणजे एक जंगी किल्लाच आहे. तशातून राक्षस आलाच तर– मला परवा वाढदिवसाला एक छोटी तलवारसुद्धा बक्षीस मिळाली आहे. ती मी 'सुई– सुई' फिरवीन, की राक्षस ठार! म्हणा असे एकदा व्हायलाच हवे. त्याशिवाय डॅडी-मम्मीचा या मंडळींवर विश्वास बसायचा नाही. माझी मात्र तशी पक्की खात्रीच आहे. मागे मी रोज फिरायला जायचो, त्या ग्राउंडवर एक सर्कस आली होती. त्यातल्या विदूषकाबरोबर माझी गट्टी झाली होती. तो मला नेहमी सांगायचा की पऱ्याबिऱ्या सगळ्यांना दिसत नसल्या, तरी त्या नाहीतच, असे काही नाही. त्यातून एकदा बागेत झोपलो असता, एक खार आपल्या पिलाला मराठीमध्ये गोष्ट सांगताना मी स्पष्ट ऐकली. एकदा मी समुद्रकिनाऱ्यावर बसलो असताना वाळूच्या किल्ल्यांमधून सूर्यास्ताबरोबर जादूची अलगुजे वाजू लागली आणि चांदण्यातून चाललो असताना झुडपांतून दिवेदिवे चमकताना मी स्वतःच्या डोळ्यांनी पाहिले.

पण आमच्या बंगल्यात मात्र यातले फारसे काहीच घडत नाही. आमच्या बंगल्यात आम्ही सहासात माणसे आहोत. डॅडी, मम्मी, मी नि तीनचार नोकर म्हणजे आया, बटलर वगैरे. त्यातून डॅडींना कामासाठी एकसारखे बाहेरगावी जावे लागते. अधूनमधून तर मम्मी देखील बाहेर जाते. मग मला अगदी कंटाळा येतो. आया नि जॉन तर 'मम्मीनं असं सांगितलं आहे नि डॅडींनी तसं सांगितलं आहे.' याशिवाय काही बोलतच नाहीत. त्यामुळे आमचा बंगला फार शांत आहे. क्वचित रेडिओचा नाहीतर कार आल्यागेल्याचा आवाज तेवढा ऐकू येतो. मी स्वतः एकसारखा पुस्तके वाचतो, नाहीतर आयाबरोबर फिरायला जातो. कधीकधी मी एकटाच लॉनवर जाऊन बसतो, किंवा बंगल्याच्या पाठीमागच्या बाजूला जांभळ्या काचा लावल्या आहेत, त्यांतून दूरदूर पाहात राहतो. मग मला, आता पऱ्या दिसतील, असे वाटू लागते. जांभळ्या सूर्यकिरणांवर बसून त्या येऊ लागतात... लॉनवरचे गवत त्यांच्या पंखांनी सळसळते. काचांमध्ये छोट्याछोट्या पारदर्शक वाटा दिसू लागतात. काचांमधले जांभळे आकाश थरथरू लागते. सगळी तयारी होते... आणि एवढ्यात कुणीतरी येऊन मला घेऊन जाते. जॉन, महंमद नाहीतर आया यांच्यापैकी कुणीतरी. पऱ्या, येतात येतातसे वाटेपर्यंत, अदृश्य होतात.

मी स्वतः एक सात वर्षांचा सरदार आहे. सरदार म्हणजे अगदी खराखुरा हां! गोष्टीच्या पुस्तकात असतो ना, खूप शूर, चौफेर तलवार फिरवणारा, गोरगरिबांना

मदत करणारा, प्रजेवर जुलूम करणाऱ्या दुष्ट राजाविरुद्ध बंड पुकारणारा आणि राजकन्येची मर्जी सांभाळणारा, तिला आनंद व्हावा, यासाठी सातासमुद्रापार जाऊन तिला पाहिजे ती वस्तू घेऊन येणारा सरदार! माझी एक तलवार आहे, हे मी तुम्हाला सांगितलेच आहे. झालेच तर माझ्याकडे 'ठॉक्ठॉक्' आवाज करणारे बूटसुद्धा आहेत. तो आवाज ऐकला की शत्रूचा अगदी थरकाप होईल, यात शंका नाही. रोज मी घोड्यावरून फिरून येतो. जॉन त्या घोड्याचा लगाम धरून ठेवतो हे खरे, पण मी आता त्याला सरळ सांगणार आहे, की मी एकटाच घोडा चालवीन. नंतर मी गोरगरिबांना मदत करीन. प्रजेला छळणाऱ्या जुलमी राजाविरुद्ध बंड पुकारीन, आणि राजकन्येला आवडेल अशी वस्तू आणण्यासाठी सात समुद्र ओलांडून जाईन. अशी एक राजकन्या आमच्या समोर राहातही होती. तिला आनंद व्हावा म्हणून तर माझा सगळा प्रयत्न होता.

तीच गोष्ट आता मी तुम्हाला सांगणार आहे.

आमच्यासमोर एक पत्र्याचे खोपटे आहे. डॅडी म्हणतात, की आमचा बंगला आहे, तिथे सुद्धा पूर्वी पत्र्याची चाळच होती. पण नंतर ती पाडली आणि आमचा बंगला बांधला. ते म्हणतात, की समोरचे पत्र्याचे खोपटेसुद्धा बहुतेक थोड्याच दिवसांत पाडून टाकणार आहेत– मला वाटते, त्या खोपटात राहणारी राजकन्या मग बहुधा त्या जागी बांधलेल्या बंगल्यातच राहायला येईल, नक्कीच.

ही राजकन्या होती माझ्या एवढीच. पण असायची इतकी गंभीर, की त्यामुळे ती मोठ्या बाईसारखी वाटायची. ती कधी फारशी हसत नसे, खेळत नसे. मला ती इतकी आवडायची, पण ती माझ्याशीसुद्धा फारशी बोलत नसे. ती आपली एकसारखी कामच करायची. कधी ती फाटक्या डब्यातून सावरीत सावरीत कोळसे न्यायची, कधी समोरच्या नळावरून पाणी भरून न्यायची, तर कधी पिठाचा डबा डोक्यावर घेऊन गिरणीतून यायची. त्यांच्याकडची आया, बटलर वगैरे मंडळी कधी दिसत नसत. मग काय त्यांचे रहस्य होते, कोण जाणे! कदाचित तिला स्वतःलाच ती सगळी कामे करायची हौस असेल. नाहीतर तिचा वेळ तरी कसा जाणार, नाही का? सकाळीच मी घोड्यावरून रपेट करून यायचा, तेव्हा ती उघड्यावर चूल आणून निखारे फुलवीत बसलेली असायची. मला तिच्याशी बोलावेसे फार वाटे, परंतु तिचे माझ्याकडे लक्षच नसायचे. धुराने तिचे डोळे लाललाल झालेले असत, आणि त्यांतून पाणी गळे; त्यामुळे मी तिला दिसत तरी असे की नाही, कोण जाणे! कदाचित् तिला नुसत्याच घोड्याच्या टापा ऐकू येत असतील!

तिचे कपडे नेहमी मळकट असायचे, नि कधीकधी तर त्यांना ठिगळे सुद्धा

मारलेली असत. एवढे असूनही ती सुंदर दिसायची. तिच्या पिंगट केसांच्या बटा तिच्या चेहऱ्यावर यायच्या नि ती त्या मागे सारण्याचा प्रयत्न करायची. तिच्या डोळ्यांमध्ये दोन पाण्याचे थेंब सतत वस्तीला असत– पण ते कधी खाली सांडलेले मला दिसले नाहीत. पाकळ्यांसारखे छोटे छोटे ओठ गच्च मिटून घेऊन ती आपली एकसारखी काम करीत असायची. कदाचित त्यामुळेच ती मला इतकी आवडत असेल. पुस्तकांतल्या राजकन्या नुसत्या सुंदर पोषाख करून निर्जीवपणे पुस्तकांच्या पानांवर बसून राहतात आणि स्वयंवरे करण्यापलीकडे त्यांना दुसरा उद्योग नसतो. पण ही राजकन्या त्या सर्वांहून वेगळी होती. तिचा पोषाख सुंदर नसे नि ती एकसारखी काम करीत असे. पण तिच्यात नक्की असे काही होते, की त्यामुळे ती राजकन्या दिसायची, आणि मला आवडायची.

तिचे ते पत्र्याचे खोपटेही मला आवडायचे. डॅडी त्याला खोपटे म्हणत, म्हणून मीदेखील खोपटे म्हणायचो, एवढेच. खरे म्हणजे ते खोपटे नाही आणि आमच्या बंगल्यासारखे साधेसुधेही नाही. ते दिसते छोटे, पण त्याच्या आतमध्ये नक्कीच 'विस्तीर्ण' जागा असली पाहिजे. कदाचित त्याच्या खाली तळघरे असतील किंवा थेट जंगलापर्यंत पोहोचणारी भुयारेसुद्धा असू शकतील. संध्याकाळ झाली की तिथे नुसता गडद काळोख दिसतो. एखाद्या गुहेसारखे ते घर रहस्यमय वाटते. रात्र पडू लागली की आत छोटासा दिवा लुकलुकतो. त्या घरात नक्कीच काहीतरी विलक्षण गोष्ट असली पाहिजे. त्या राजकन्येला दिवसभर काम करायला लावणारी चेटकी, तिने मंत्र टाकून दगड केलेले नोकरचाकर.... खूप काय काय...

त्या घरात काहीतरी चमत्कारिक असावे, असे वाटणारी आणखी एक गोष्ट झाली. एके दिवशी संध्याकाळी त्या घरातून एकदम आक्रोश ऐकू आला. कुणीतरी, न थांबता, एकसारखे, सुरावर, मोठ्याने रडत होते. मी पळत जाऊन बघून येणार होतो. कदाचित दुष्ट चेटकीच्या छळाने ती राजकन्या रडत असावी. नाही तर कुणीतरी त्या चेटकीलाच काही करीत असावे. मग मोठीच गंमत होती. मी जाऊ लागलो, तेवढ्यात एक विचित्र रडण्याचा सूर मला ऐकू आला आणि माझ्या अंगावर शहारे आले. माझे पाय तिथल्यातिथे थबकले. धीर करून मी जाणार, एवढ्यात आमची आया तिथे आली आणि मला बंगल्याच्या दुसऱ्या टोकाला घेऊन गेली. म्हणाली, 'असले काही पाहू नये.' 'असले काही' म्हणजे काय ते मात्र ती काही केल्या सांगेना. तिने मला खेळ काढून दिला, खाऊ दिला, पुस्तके दिली.

मध्यंतरी समुद्रकिनाऱ्यावर वाळूत खेळताना मला एक निळ्या रंगाचा शिंपला सापडला. त्यावरून मला राजकन्येच्या डोळ्यांची एकाएकी आठवण झाली. मी ठरवून टाकले की बस– हा शिंपला तिलाच द्यायचा. पण ती मला

तीनचार दिवस दिसलीच नाही. मग एक दिवस मी गॅलरीत उभा असताना ती मला अचानक दिसली. आनंदाने ओरडून मी पळतच तिच्याजवळ गेलो. या वेळी ती कसलेच काम करीत नव्हती. ती घराच्या पायऱ्यांवर नुसतीच निमूटपणे बसली होती. मी तिला तो शिंपला दिला. मला वाटले, तो पाहून ती खुलेल, हसेल. पण ती काही हसली नाही. उलट तीनचार दिवस रडल्यासारखे तिचे डोळे लालेलाल झाले होते. मी तिला म्हटले, 'तुला काय झालं?' ती म्हणाली, 'माझे बाबा देवाघरी गेले.' एवढेच बोलून ती आत निघून गेली. त्या घरातल्या गूढ काळोखात दिसेनाशी झाली.

देवाचे घर आभाळात आहे हे मला माहीत होते, पण तिथे कुणी गेलेले आजवर मला ठाऊक नव्हते. कसे जायचे, ते पण माहीत नव्हते. बहुधा तिच्या घरात जी अनेक भुयारे आहेत, त्यातले एखादे देवाच्या घरी जाणारे असावे. पण मग त्यात रडण्यासारखे काय होते, हे मला समजेना. मात्र राजकन्येला खुश करणे भागच होते. मी सरदार होतो, आणि काय वाटेल ते करून सरदार राजकन्येला सुखी ठेवतात.

मी राजकन्येला हसविण्याचे ठरविले. त्यासाठी मी तिला एकदा फुलांचा नजराणा दिला. ती फुले फारफार सुंदर होती. आमच्या घरच्या पुष्पपात्रात ती मोठ्या ऐटीने उभी होती. मोठमोठ्या पाकळ्यांची, तांबड्यालाल रंगाची ती फुले मी पुष्पपात्रातून काढली नि सगळीच्या सगळी तिला देऊन टाकली. क्षणभर तिने ती हातात घेतली. हुंगली. त्यांच्या नाजूक, हिरव्या देठांवरून नि कोमल पाकळ्यांवरून हात फिरवला. पण तरीही ती हसली नाही. मी तिला म्हटले, 'घे ना– तुमच्याकडच्या पुष्पपात्रात ठेव.' तिने क्षणभर त्यांच्याकडे पाहिले नि फुले परत देत ती म्हणाली, 'नको, आमच्याकडे पुष्पपात्र नाही.'

फुले घेऊन मी परतलो. गोष्टीतल्या सरदाराप्रमाणे मी तिच्याकडे नजराणा घेऊन गेलो होतो, पण तिने तो घेतला नव्हता. कदाचित तिला याहून अधिक किंमतवान काही दिले असते, तर तिला बरे वाटले असते. पण काय द्यावे? पुस्तके, पेपरमिंट, केक्स? पण हे सारे तर तिच्यापाशी देखील असेल. ती माझ्याएवढी होती, त्याअर्थी माझ्यासारखा खेळ, माझ्यासारखा खाऊ तिलाही आणून देत असतील. मग तिला काय आवडेल?

मी या विचारात असतानाच मला एके दिवशी मोठे विचित्र दृश्य दिसले. समोरच्या खोपटातले सगळे सामान बाहेर काढून टाकले होते. सामान फारसे नव्हतेच. भांडीकुंडी, एक पत्र्याची ट्रंक, असे काहीसे होते. त्या सामानाच्या ढिगाऱ्यावर ती राजकन्या उदासपणे बसली होती. तिचा झगा खांद्यावर खूपच फाटला होता आणि केसांच्या जटा झाल्या होत्या. तरी ती आपली शांतपणे बसून

राहिलेली होती. कदाचित ती गुंगीतसुद्धा असावी. कारण मी तिला हाक मारली, तेव्हा ते तिच्या पटकन लक्षातच आले नाही. मग दचकल्यासारखी तिने आपली मान वर उचलली आणि 'अं– ' असा अस्पष्ट आवाज काढला. मग ती बरळल्यासारखी बोलली, 'आम्ही आता चाललो इथून.'

मला वाटले, की आता आपल्याला एकदम रडू फुटेल. ती चालली होती. तिची माझ्याशी कधीच मैत्री जमू शकली नव्हती. ती कधी माझ्याशी हसली नव्हती. मनमोकळेपणाने बोलली नव्हती. तिला ज्यात आनंद वाटेल असे काही मी देऊ शकलो नव्हतो. तिने काही मागितलेही नव्हते. आणि आता ती चालली होती. कदाचित पुन्हा कधीच ती मला भेटली नसती. गोष्टीत असे नसते. गोष्टीतल्या राजकन्या संकटात पडतात. सरदार त्यांची सुटका करतात. आनंदी आनंद होतो. हिचे संकट मला समजू शकत नव्हते. तिची सुटका मी करू शकत नव्हतो. तिला मी काहीच दिले नव्हते. तिला हसताना पाहिले नव्हते. तिला हसवायला हवे होते. एकदा तरी... जाण्यापूर्वी... तिला काही तरी द्यायला हवे... काहीतरी द्यायलाच हवे होते.

मी पळत पळत घरी गेलो. आता वेळ थोडा होता. समोर जे दिसेल ते उचलून तिला नेऊन द्यायचे मी ठरवले. बाहेरच जॉनने बाजारातून आणलेल्या सामानाची पिशवी पडली होती. त्यातले एक पुडके मी उचलले आणि धावतच खाली गेलो. तिच्या हातात ते ठेवले. तिला म्हटले, 'घे. माझी भेट. मला विसरू नकोस.'

तिने ते पुडके नाकाशी नेऊन त्याचा वास घेतला. मग भराभरा त्याचा कागद सोडला. आत एक मोठा पाव होता. तिने त्यातला अर्धा तोडून झग्याच्या खिशात खोचला आणि उरलेल्या तुकड्याला ढास मारली. मी निराश झालो. देऊनच्या देऊन शेवटी मी काय दिले होते तर पाव– तो देखील नुसता कोरडा पाव! त्याला ना लोणी ना दूध! नुसता पाव माझी राजकन्या कशी खाईल?

पण ती खात होती. न थांबता भराभर खात होती. तिच्या डोळ्यात थबकलेले ते दोन पाण्याचे थेंब आता तिच्या गालावरून वाहू लागले होते. तरी ती एकीकडे हसत होती. रडतारडता हसत होती. पाव खात होती आणि मनापासून हसत होती. काही बोलण्याइतकी देखील तिला सवड नव्हती. मी आश्चर्याने पाहात होतो आणि ती हसतहसत खात होती. आमच्या बंगल्यासमोरच्या त्या काळोख्या खोपटात कसले गूढ आहे ते मला कधी कळले नव्हते. पण मी दिलेला कोरडा पाव तिला निळ्याभोर शिंपल्यांहून, लाललाल फुलांहून अधिक आवडला कसा, हे मला पडलेले अधिक कठीण कोडे होते.

फार फार वर्षांपूर्वीची गोष्ट. जेव्हा घरे हल्लीच्या घरांसारखी नव्हती, गावे हल्लीच्या गावांसारखी नव्हती आणि शहरे आजकालच्या शहरांसारखी नव्हती, परंतु माणूस मात्र आजच्या माणसासारखाच होता, त्या वेळची गोष्ट.

तांबड्यालाल वाटांचा, हिरव्यागार शेतांचा आणि निळ्यानिळ्या डोंगरांचा एक सुंदर गाव होता. त्या गावात राघू नावाचा एक लाकूडतोड्या राहात असे. तो फार साधा, सालस आणि अतिशय गरीब होता. त्याचा धंदा फारसा चालत नसे आणि कधीकधी तर त्याची खाण्याचीसुद्धा पंचाईत होत असे. आपल्या गरिबीला तो इतका कंटाळून गेला होता, की कधी कधी त्याला जीव द्यावा असे वाटे. पण तसा धीर मात्र त्याला कधी झाला नाही.

एकदा संध्याकाळच्या वेळेस तो असाच घरापाठीमागे लाकडे तोडीत होता.

लाकडातील चेहरा

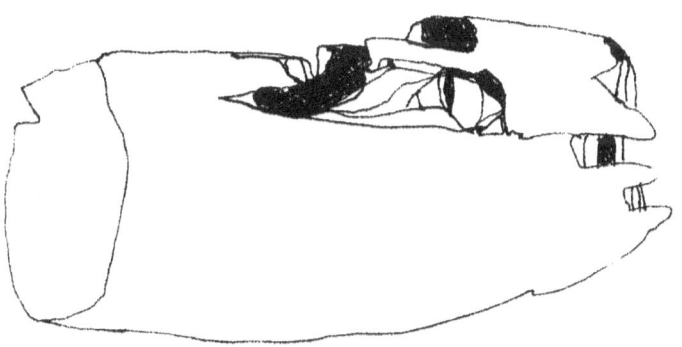

एका लहानशा ओंडक्यावर घाव घालण्याचे काम चालले होते. इतक्यात कुणीतरी म्हणाले, ''थांब.'' तिकडे लक्ष न देता त्याने कुऱ्हाड उचलली– इतक्यात पुन्हा कुणीतरी अगदी स्पष्टपणे म्हणाले, ''थांब.''

राघू घाबरला. त्याने इकडेतिकडे पाहिले. कुणीच नव्हते. नक्की भुताटकीचा प्रकार, असे मनाशी म्हणत, जिवाचा धडा करून त्याने पुन्हा कुऱ्हाड उचलली– आणि पुन्हा कुणी तरी म्हणाले, ''थांब.'' या वेळी तो स्वर थोडा चिडलेला वाटला. त्यात अधिक हुकुमत वाटली.

आता मात्र राघूचा धीर खचला. त्याने कुऱ्हाड दूर टाकून दिली. इकडेतिकडे पाहिले. मग घाबरून तो घरात जाऊ लागला. जाण्यापूर्वी वाटेत पडलेले ओंडके बाजूला करावेत, म्हणून त्याने आताच फोडीत असलेला ओंडका उचलला. तो काय, तो ओंडकाच 'थांब– थांब' म्हणत असल्याचे त्याच्या ध्यानात आले. त्याच्याच कुऱ्हाडीने खपल्या उडून त्या ओंडक्यातून एका माणसाचा चेहरा तयार झाला होता आणि तोच बोलत होता. तो चेहरा पाहून तर राघू घाबरलाच. त्याचे डोळे उग्र होते, भिवया जाड आणि उंचावलेल्या होत्या. नाक सरळ आणि धारदार होते, ओठ बटबटीत होते, मिशा आणि कल्ले होते. एवढेच नव्हे तर कपाळावरची एक खपली अगदी जखम झाल्यासारखी उडाली होती.

''मला घरात घेऊन चल– '' तो चेहरा आपल्या घोगऱ्या आणि राठ आवाजात म्हणाला, ''आणि मी सांगतो ते नीट ऐकून घे. माझा शब्दन्शब्द पाळ. तू लवकरच श्रीमंत झाल्याशिवाय राहणार नाहीस.'' राघू धावतच त्याला घरात घेऊन गेला. एका चौथऱ्यावर त्याला ठेवून राघूने मेणबत्ती पेटवली. मेणबत्तीच्या अंधूक उजेडात तो चेहरा अधिकच भकास दिसत होता. अर्धवट घाबरत, अर्धवट आनंदात, राघू त्याचे बोलणे लक्षपूर्वक ऐकू लागला.

''तू मला निर्माण केलंस. त्याबद्दल मी तुला मदत करायचं ठरवलं आहे. ऐक. उद्या तुला मोहरांनी भरलेली एक थैली मिळेल. ती तू घे. ती कुणालाही देऊ नकोस. तिचा मालक आला तरी देऊ नकोस. तुला भरपूर पैसा मिळेल.'' चेहरा बोलायचा थांबला, तरी राघू स्वप्नात असल्यासारखा बघतच बसला. अखेरीस मेणबत्ती लहान होत होत विझून गेली आणि सर्वत्र अंधार पसरला.

सकाळी मात्र राघूला खरोखरच चेहऱ्याच्या शेजारी चौथऱ्यावर एक मोहोरांनी भरलेली थैली मिळाली, तेव्हा ते स्वप्न नव्हते याविषयी त्याची खात्री पटली. त्याने पुन्हापुन्हा त्या मोहोरा मोजून पाहिल्या, पण त्याला फारसे आकडे मोजता येत नसल्यामुळे आणि इतक्या मोहरा मोजण्याची सवयच नसल्यामुळे मोजताना एकसारख्या चुका होऊ लागल्या. तशी त्याने तो नादच सोडून दिला. त्या सोनेरी चकचकीत, गुळगुळीत नाण्यांइतके सुंदर या जगात दुसरे काहीच नसेल, असे

त्याला वाटत राहिले.

परंतु दुपार टळून उन्हे उतरायच्या आतच त्याच्याकडे एक व्यापारी आला आणि म्हणाला, "मी पलीकडच्या गावाहून माल विकून जात असताना याच भागात माझी एक मोहोरांनी भरलेली थैली सांडली. तुला ती सापडली का? सापडून दिलीस तर तुला मी चांगली बक्षिसी देईन." क्षणभर राघूला वाटले, की देऊन टाकावी झाले थैली. पण इतक्यात त्या चेहऱ्याची आज्ञा आठवली. न जाणो, त्याचा कोप ओढवेल, अशा भीतीने तो म्हणाला, "छे बुवा, आपल्याला नाही सापडली थैली– बिइली. सापडली तर जरूर परत करीन. बक्षिसाचं काय, नाही दिलंत तरी चालेल." व्यापारी बापडा परत गेला. राघूला तो ओळखतच होता. आजवर नेहमीच राघूने त्याची लाकडे फोडून दिली होती. राघू कधी खोटे बोलणार नाही, हे त्याला माहीत होते.

स्वत: राघूलाही आपण इतक्या सफाईने खोटे कसे बोलू शकलो, याचे आश्चर्य वाटले. काहीसे वाईटही वाटले. लाकडातल्या त्या चेहऱ्याच्या आज्ञेवरून आपण प्रथमच खोटे बोललो, असे वाटून त्याला त्याचा थोडा रागही आला. पण कबूल केल्याप्रमाणे त्याने राघूला पैसे तर मिळवून दिले होते. नाहीतर आजवर राघूला इतक्या मोहरा कधी स्वप्नात तरी दिसल्या होत्या का?

राघूला आता पूर्वीप्रमाणे खाण्यापिण्याची ददात पडेनाशी झाली. त्याने एक दुभती म्हैससुद्धा आणली, आणि एकंदरीत तो मोठ्या मजेत राहू लागला. पण एक थैलीभर मोहरा किती दिवस पुरणार? थोड्याच दिवसांत राघू पुन्हा पूर्वीसारखा पैशांच्या काळजीत पडला. त्याला असा काळजीत पडलेला पाहून तो चेहरा उग्र आवाजात म्हणाला, "मी तुला एक मार्ग सांगतो. रात्री तुझ्याकडे एक पाहुणा येईल. त्याच्याजवळ एक जडजवाहीर भरलेली पेटी असेल. ती तू चोर..." चोरीचे नाव ऐकताच राघू दचकला. त्याच्या मुद्रेवरची चलबिचल पाहून चेहरा म्हणाला, "कां, घाबरलास? अरे श्रीमंत होणं फुकटचं नसतं. जगात प्रत्येकाला त्यासाठी काही ना काहीतरी करावंच लागतं. भिऊ नकोस. तुझी ही चोरी मुळीच उघडकीला येणार नाही."

रात्री एक सरदार येऊन राघूचा दरवाजा ठोठावू लागला. राघूने दार उघडले. सरदार घोडदौडीने फार दमलेला दिसत होता. त्याला रात्रभर आसरा हवा होता. क्षणभर त्याला आत घेण्याचे राघूच्या जिवावर आले. तो मनातल्या मनात म्हणाला, "अरे कशाला थांबतोस इथं? त्याची किंमत तुला किती पडेल, आहे ठाऊक?" पण वरवर तो अगदी खोटे हसून स्वागत करीत म्हणाला, "या ना, घर आपलंच आहे."

झोपताना सरदार फार सावधगिरीने झोपला. कुणी दगाफटका करू नये म्हणून

झोपताना आतून कुलूप लावून घेण्याची त्याची जुनी सवय होती. त्यामुळे त्याला दार उघडे असताना झोपच येत नसे. राघूने त्याला बिछाना घालून दिला. खोलीला कुलूप लावून पाहुणा झोपला. आपला बेत सिद्धीला जाण्याचे राघूला चिन्ह दिसेना. एका अर्थी त्याला हायसे वाटले. नको ती श्रीमंती आणि नको ती पापे करणे. ते आपणहूनच टळले तर बरे, असे वाटले. त्याने दिवा घालवला आणि तो नि:शंकपणे झोपला.

"ऊठ, राघू. इकडे ये.'' तो ओळखीचा आवाज ऐकून राघू धसक्याने जागा झाला.. चेहरा खूपच संतापला असावा. त्या काळोखातसुद्धा तो एका विचित्र हिरवट प्रकाशाने चकचकत होता. राघू मुकाट्याने त्याच्याजवळ जाऊन बसला. "लक्ष्मी तुझ्या दारात आली असताना तू खुशाल झोपतोस? जा आधी. मी सांगितले तसे कर.''

"पण दाराला कुलूप आहे.'' राघू केविलवाण्या स्वरात म्हणाला.

"असू दे. हे पाते दरवाज्याला लाव. तो आपोआप उघडेल.'' चेहरा इतके म्हणतो ना म्हणतो, तो त्याच्या शेजारी चौथऱ्यावर एक लखलखते पाते पडलेले दिसू लागले. राघूने ते यांत्रिकपणे उचलले आणि तो झोपेत चालणाऱ्या माणसासारखा दरवाजाशी गेला. त्या पात्याचा स्पर्श होताच दरवाजा जादूसारखा, आवाज न करता सताड उघडला.

सरदाराच्या सामानातून जवाहिराची पेटी शोधून काढणे राघूला मुळीच कठीण गेले नाही. सरदार अगदी गाढ झोपला होता. राघू बाहेर येताच दरवाजा पूर्ववत् लागला. राघूने झाडाच्या मुळाशी उकरून ती पेटी लपवून ठेवली.

पेटीची चोरी मुळीच उघडकीला आली नाही; कारण आपण कुलूप लावून झोपलो होतो हे सरदाराला चांगले आठवत होते. उगाच एखाद्या गरीब माणसावर आळ घेणे त्याला आवडले नाही. घोड्यावरून जात असताना पेटी कुठेतरी जंगलात पडली असावी, असाच त्याचा समज झाला. दैवाला दोष देऊन तो स्वस्थ बसला.

परंतु चोरीच्या दिवसापासून राघूच्या मनाची शांतता पार नाहीशी झाली. पूर्वीसारखा तो कुणाशी मोकळेपणाने बोलेनासा झाला. रानातून हिंडताना, निळ्या आकाशाकडे बघताना आनंदात शीळ घालू लागले, की अचानक त्याला त्या प्रसंगाची आठवण व्हायची, आणि त्याची शीळ मध्येच तुटायची. त्या चेहऱ्याकडे तर त्याला अगदी बघवत नसे. अलिकडे त्या उग्र चेहऱ्यावर एक हसू उमटल्याचा त्याला भास होई. पण ते हसू मैत्रीचे किंवा प्रेमाचे नव्हते. ते आपल्याला खिजवीत आहे, चिडवीत आहे, असे त्याला वाटे.

मात्र आता त्याची परिस्थिती चांगलीच सुधारली. एक एक करून त्याने ते सगळे हिरे गावोगावी जाऊन विकून टाकले. लाकूडतोड्याचा धंदाही त्याने सोडून

दिला. त्याला एकदम इतका पैसा कुठून मिळाला असेल, याबद्दल गावात निरनिराळे तर्ककुतर्क होत, पण कुणी त्याला कधी विचारायला धजले नाही. मात्र पूर्वी लोक त्याला जसा एक साधा, सालस आणि गरीब स्वभावाचा समजत, तसा मात्र, का कोण जाणे, आता समजेनासे झाले.

परंतु त्या चेहऱ्याचे मात्र इतक्यावर समाधान होण्यासारखे नव्हते. राघूला एखाद्या राजाइतके श्रीमंत बनवायचे, असा त्याने अगदी विडाच उचलला असावा. कारण एक दिवस तो राघूला म्हणाला,

"हे बघ, उद्या या रस्त्यानं संध्याकाळच्या वेळेस राजाचा गुप्त खजिना जाणार आहे. खजिना अगदी गुप्त असल्यामुळे त्याच्याबरोबर सैनिक सुद्धा असणार नाहीत. एक छोटी बग्गी आणि ती चालवणारा गाडीवान. त्या गाडीवानाला तू ठार मारायचंस, की गाडीतला सगळा पैसा तुझाच. मग मात्र तुझ्या श्रीमंतीला पारावार राहणार नाही."

"ठार मारायचं?" राघूच्या अंगावर सरसरून काटा उभा राहिला. "नाही– माझ्या हातून असलं काही व्हायचं नाही." तो म्हणाला. चेहरा मोठमोठ्याने हसला आणि म्हणाला, "अरे, असं तुला प्रत्येकच वेळी वाटलं होतं, खोटं बोलताना, चोरी करताना– आणि तरी प्रत्येक वेळी तू त्या त्या गोष्टी अगदी सराईतपणे आणि सफाईने केल्यास. मग एक साधा खून करण्याचंच तुला एवढं काय वाटतं? किर्रर्र जंगलातून जाणाऱ्या एकट्या गाडीवानाचं डोकं तलवारीच्या एका घावासरशी धडावेगळं करणं, हे अगदी ढेकूण चिरडण्याइतकं सोपं आहे, समजलास?" चेहऱ्याचे ते बोलणे संपण्याआधीच त्याच्या शेजारी एक लखलखीत तलवार येऊन पडली होती.

ती तलवार घेऊन दुसऱ्या दिवशी कातरवेळेला जेव्हा राघू जंगलाच्या कडेला दबा धरून बसला, तेव्हा त्याला वेड लागायची पाळी आली होती. तो लाकडाचा चेहरा हे सारे आपल्याला कां करायला लावतो, हेच त्याला कळत नव्हते. पण नाही तरी कसे? त्याने कबूल केल्याप्रमाणे राघूचे घर पैशांनी भरून गेले होते. राघूनेच तर त्याला निर्माण केले होते. आणि त्याची परतफेड त्याने केली होती. पण आता हे असे कुठवर चालणार होते? थोडा पैसा, अधिक पैसा, त्याहूनही अधिक, खूप, अगणित. आणि त्याच प्रमाणात– एकाएकी घोड्यांच्या टापा वाजू लागल्या आणि राघू सावध झाला. झाडांमधून खाली येणाऱ्या तिरप्या कवडशांमध्ये ती छोटी बग्गी दिसू लागली होती. राघू झपकन पुढे झाला आणि गाडीवानाला समजण्याच्या आतच त्याने त्याचे शिर धडावेगळे केले. घोडे फुरफुरले. राघू झपझप पाठीमागच्या बाजूला गेला. त्याने काही थैल्या काढल्या आणि एकदम त्याचा हात थांबला. थैल्यांवर एक छोटे बाळ झोपले होते. शांतपणे. झोपेतसुद्धा हसत होते ते.

राघूला एकदम शरम वाटू लागली. ते बाळ कदाचित त्या गाडीवानाचेच असेल. त्याने त्या बाळाला उचलले, छातीशी धरले आणि फुलासारखे जपून तो त्याला घरी घेऊन आला. त्या रडणाऱ्या मुलाला त्याने दूध देऊन गप्प केले. त्याला आपण पोरके केले, हे काही केल्या त्याच्या मनातून जाईना. मध्यरात्री तो उठला. त्याने काहीतरी निर्णय घेतला. आपली पूर्वीची कुऱ्हाड काढली आणि तो त्या लाकडाच्या चेहऱ्यासमोर जाऊन उभा राहिला. ''मी तुला निर्माण केलं. त्याचे चांगले पांग फेडलेस. पापाची रास घडवलीस माझ्या हातनं. नरकाची दारं उघडलीस माझ्यासाठी.'' तो ओरडला. चेहरा नुसता हसतच होता. त्याचे ते हसू आता अधिकच भयंकर झाले होते. अगदी कुरूप, चिडवणारे, संताप वाढवणारे. राघूच्या अंगाचा तिळपापड झाला. ''पैसा दिलास- श्रीमंती दिलीस- पण कसली? एक दिवस मला सुखाची झोप येऊ दिली नाहीस- प्रत्येक घास खाताना वाटे, हा पापाचा घास- प्रत्येक पाऊल उचलताना वाटे, आपल्याला कुणी पकडेल का, धरेल का? भीती, भीती- सारखी भीती! काय किंमत त्या पैशाची? यापेक्षा उपासानं मरू का नये? हे बाळ बघ- याला मी पोरकं केलं- तुझं सांगणं ऐकून- आणि यापुढं आणखी तू काय काय करून घेणार आहेस माझ्याकडून? पण तुला काय वाटलं? तसं करून घ्यायला मी तुला शिल्लक ठेवीन? मला तुझा तिरस्कार वाटतो...'' अंगात संचारल्याप्रमाणे राघूने कुऱ्हाड उचलली आणि तो त्या लाकडी चेहऱ्यावर एकामागून एक घाव घालू लागला. सुरुंग उडावा, तशा प्रचंड आवाजाने राघूच्या कानठळ्या बसल्या- सगळीकडे खपल्याखपल्या उडाल्या- राघू घाव घालीतच राहिला. अखेरीस पहाटेच्या सुमारास कधीतरी दमून जाऊन राघू तिथल्यातिथेच आडवा झाला आणि गाढ झोपी गेला.

सकाळी त्याला जाग आली ती एका मंजुळ आवाजाने. ''ऊठ राघू.'' तो आवाज सांगत होता, ''ऊठ.'' राघू एकदम डोळे चोळीत उठून बसला. कोण बोलते आहे, हे प्रथम त्याच्या ध्यानातच येईना. मग त्याची नजर वर गेली. ज्या चौथऱ्याखाली तो पसरला होता त्यावरच लाकडाच्या असंख्य खपल्या उडाल्या होत्या- परंतु मुळात तो चेहरा होता, त्या जागी आता एक लहानसे लाकूड पडले होते. आणि आश्चर्याची गोष्ट म्हणजे तेच त्याला 'ऊठ राघू, ऊठ' म्हणत होते.

राघूने ते जवळ घेऊन पाहिले. कसा कोण जाणे, त्यातूनही एक चेहरा दिसत होता. परंतु हा चेहरा त्या पहिल्या चेहऱ्यासारखा मुळीच नव्हता. हा त्याच्याहून कितीतरी पटीने नाजूक आणि सुंदर होता. मुख्य म्हणजे तो एखाद्या प्रेमळ स्त्रीचा चेहरा वाटत होता.

''तू मला निर्माण केलंस राघू.'' तो चेहरा म्हणत होता. ''या उपकारांची फेड मी जरूर करीन. पण मी सांगितलेलं मात्र तू ऐकलं पाहिजेस. पहिली गोष्ट,

सरदाराचं जडजवाहीर परत करणं.''

''पण ते आता माझ्याकडे आहे कुठं?'' राघू म्हणाला, ''मी ते केव्हाच विकून टाकलं.''

तो असं म्हणायचा अवकाश, त्या चेहऱ्याच्या शेजारी ती जडजवाहिराची पेटी आली.

राघू ती घेऊन पत्ता काढीत काढीत सरदारापाशी गेला. सरदाराने त्याच्या प्रामाणिकपणाची खूप तारीफ केली. आणि त्याला योग्य ते बक्षीसही दिले.

राघूला एकदम उत्साह वाटू लागला. प्रयत्न केला तर आपल्याला पूर्वीचा आनंद परत मिळेल, असे त्याला वाटू लागले. बाळाला आता त्याचा लळा लागू लागला होता. राघू त्याला आपल्याबरोबर बाहेर नेई, त्याच्याशी खेळे, पण त्याच्याकडे पाहताच राघूला, आपण त्याच्या बापाला ठार मारले, ही जाणीव होई आणि त्याचा जीव तळमळे.

एके दिवशी लाकडातला चेहरा त्याला म्हणाला, ''राघू, तू पूर्वीसारखे लाकडे तोडण्याचे काम का करीत नाहीस?''

राघू म्हणाला, ''मग माझ्या एवढ्या संपत्तीचं काय करू?''

''ती गोरगरिबांना वाटून टाक.'' चेहरा म्हणाला.

राघूने ते ऐकण्याचे ठरविले. तो थोडा दानधर्म करू लागला. मग त्याला खरोखरीच बरे वाटू लागले. घरातले पापच पैशाच्या रूपाने थोडे थोडे कमी होत आहे, असे त्याला वाटले. दिवसेंदिवस तो अधिकाधिक मोकळेपणाने वागू लागला, लोकात मिसळू लागला. दानधर्म केल्यामुळे त्याच्याभोवती लोकही अधिक जमू लागले. बाळ मोठा होतच होता. तो राघूलाच आपले वडील मानी. लाकडी चेहऱ्यावर एक स्मित दिवसेंदिवस दिसू लागले होते. ते समाधानाचे होते, स्नेहाचे होते.

होता होता राघूची सगळी संपत्ती संपली. आता राघू पूर्वीप्रमाणेच गरीब झाला. पूर्वीप्रमाणेच आता तो जंगलात लाकडे फोडायला जाऊ लागला. मात्र आता तो आपल्याबरोबर छोट्या बाळालाही नेत असे. पण कधी कधी त्याला कामच मिळत नसे. पुरेसे पैसेच मिळत नसत. कधी उपास पडत. अशा वेळी तो आपल्या तोंडचा घास काढून बाळाला खाऊ घाली. आता बाळ हेच त्याचे सर्वस्व झाले होते.

परंतु एक दिवस तेच जाण्याची वेळ आली. राघू बाळाला घेऊन जंगलात लाकडे तोडायला गेला होता. आणि एकाएकी बाळ किंचाळला. राघू धावत गेला. बाळ पडला होता. एक मोठा साप सरसर करीत झुडपात नाहीसा होत होता. राघूने पाहिले, बाळ काळाठिक्कर पडत चालला होता. त्याला शुद्ध नव्हती. क्षणभर राघूला काय करावे, काही सुचेना. त्याच्या डोळ्यांसमोर तो लाकडातला चेहरा उभा

राहिला. आपल्याला तो काही सांगत आहे असे त्याला वाटले. एकदम त्याला एक कल्पना सुचली. तो बाळाच्या शरीरावर वाकला, म्हणाला, ''बाळा, नको रे मला सोडून जाऊ. मी तुझ्या पित्याला मारलं म्हणून का रे मला ही शिक्षा? नाही नाही– मी तुझ्या पित्याच्या वधाचं प्रायश्चित्त घेईन. हे बघ. मी घेतलंच. मी मरून जाईन, माझ्यासारखा पापी मेला तर जग निर्मळ होईल. तुझ्यासारख्यांसाठी योग्य होईल. तू ये बाळा– या जगात परत ये. मी जातो.'' एवढे म्हणून त्याने सर्पदंशाची जागा शोषून घ्यायला सुरुवात केली. बाळ हळूहळू शुद्धीवर येऊ लागला. त्याने डोळे उघडले. राघूने त्याला मिठी मारली.

घरी परत येताना राघू सारखा विचार करीत होता, ''मला काहीच कसं नाही झालं? कसं नाही झालं?''

या प्रश्नाचे उत्तर विचारण्यासाठी तो लाकडी चेहऱ्यापाशी गेला.

पण चेहरा काहीच बोलला नाही आणि तो आता लाकडीही राहिला नव्हता. लखलखत्या शुद्ध सोन्याने उजळलेली ती मुद्रा नुसती समाधानाचे आणि तृप्तीचे स्मित करीत होती.

एकदा एका फुलाचे फुलपाखरावर प्रेम बसले. खरे म्हणजे असे होऊ नये. फुलाने फुलावे, आकर्षक दिसावे, फुलपाखराचे चित्त खेचावे, त्याला क्षण दोन क्षण आपल्या कुशीत घ्यावे, त्याची तहान निवाली की त्याला दूर होऊ द्यावे, विसरून जावे, यातच फुलाच्या जीवनाचे सार्थक आणि फुलपाखराच्या करणीचे कौतुक. फुलाने कसे फुलासारखे वागावे. परंतु काही काही फुलेदेखील वेडी असतात. आणि काही काही वेडे जीवघेणी असतात. असलेच वेड जीव लावण्याचे. बरे, ते फूल एरवी इतके साधेभोळे होते की गंधदेखील उधळायला लाजायचे. तसे ते अगदी एकरंगी होते. स्वभावातही कसल्या छटा नव्हत्या. आपला इवलासा देह चिमण्या देठाच्या आधाराने सावरून ते आपले उभे होते.

सगळीच फुलपाखरे ऐटबाज असतात; कारण त्यांचा प्राण पंखांपेक्षाही त्यांच्या

वनराणी आणि फूल

ऐटीत असतो. फुलपाखराने जगायचे असते रंगाला प्राण आल्यासारखे. फिरायचे असते गाण्याच्या लकेरीसारखे. लहरीसुद्धा चंद्राकडे पाहतापाहता झोपी जातात. पण फुलपाखरे झोपलेली कधी कुणी पहिली आहेत? आणि तरीही त्यांना स्वप्ने पडतात, हे मात्र पटते. कारण ती सदाची स्वप्नातच असतात. जीवन हेच त्यांच्या लेखी एक चिमुकले स्वप्न असते. पंख असलेले स्वप्न. स्वप्नांना कधी जखडून टाकणारी बंधने माहीत नसतात. एके ठायी अडकविणारे अर्थही अवगत नसतात. स्वप्नात काहीही घडते. मनात येईल तसतसे. म्हणून फुलपाखराला पंख असतात आणि मन असते, तेही पंखाइतकेच चंचल. म्हणून तर सगळी धावपळ. कुठून तरी निघालेले, कुठे तरी पोहोचविणारे सांडतेसे जिणे. पाऱ्याच्या चुऱ्यापासून घडविलेले.

अशा एका फुलपाखरावर त्या साध्यासुध्या फुलाचे प्रेम बसले. त्या फुलाच्या पहिल्या प्रात:काळी फुलपाखरू त्याला चुटपुटते भेटून गेले. पाकळीवरचे दव पानावर ओघळायला जेवढा वेळ लागेल, तेवढा वेळ जेमतेम ते तिथे होते. पण तेवढ्यात फुलाच्या गाभाऱ्यात पहाट झाली. पहाट होत होती, आणि तिच्या किरणांची किलबिल झाडाझाडातून चालू होती. ते किरण दव होऊन जमिनीवर चकाकत राहिले, व ते जेव्हा पाण्यात पडले तेव्हा त्यांची कमळे झाली. ही सारी चेष्टिते फुलाने आजवर स्वप्नातही पाहिली नव्हती. कळी असताना त्याची झोप होती मखमली, जांभळी; आणि पाकळ्यांच्या कंगोऱ्यांत एकही स्वप्न अडकलेले नव्हते, कारण फूल होते साधेभोळे. एवढे असूनही त्या पहिल्या भेटीत फुलाला सगळ्यासगळ्या गोष्टींचा अर्थ लागला, मग मात्र अगदी साध्या गोष्टीसुद्धा त्याला समजेनातशा झाल्या. फुलपाखराच्या पायांचा स्पर्श आणि पाकळ्या यांत अधिक नाजूक काय, काही कळेना. सारे ताजेतवाने वाटत असताना डोळ्यांवर ही धुंदी कसली, काही कळेना. आणि एकदा ही मिठी सुटली की जावे कुठे, काही कळेना. त्या फुलाचा एवढासा जीव अगदी गलबलून गेला. आणि तरीही इतका मोठा झाला, की तो त्या फुलाच्या कोशात, साऱ्या रानात– नव्हे, साऱ्या सृष्टीतही मावेना. हा क्षण इतका अद्‌भुत होता, की त्याने फुलाचे साधेपण नाहीसे केले. ते एकरंगी फूल, सहस्त्र छटा असलेल्या एका नव्या रंगाने उजळून गेले. तेजाळून गेले. आपल्या पहिल्याच प्रात:काळी फुलाने फुलपाखराची प्रीती पाहिली, आणि आपण फूलच का झालो, हे त्याला समजले.

त्याच धुंदीत त्या फुलाने तो सबंध दिवस काढला. सूर्य तापला, तरी त्याला अंधारा– उजेडाच्या सीमेवरची ती भेट आठवत होती. पुन्हापुन्हा ते लाजून मान खाली घाली, आणि तोंड लपवून पहाटेच्या पाहुण्याची आठवण न्याहाळी. तसे म्हटले तर प्रत्येकच फुलाच्या आयुष्यात त्या सकाळी काही ना काहीतरी घडलेले होते. परंतु ती धीटपणे एकमेकांकडे पाहत होती, वाऱ्यावर डोलत होती, क्वचित

एखाद्या रंगाच्या ठिपक्याचा वेध घेत होती. पण यापलीकडे अंगावर शहारे आणणारे, आतल्या आत सावरीच्या स्पर्शाने गुदगुल्या करणारे असे काही त्यांना नव्हते भासत. आणि भासले क्षणभर, तरी गंमत वेगळी, आणि छंद वेगळा. विसरण्यासाठी लक्षात ठेवणे वेगळे, नि जीव अडकवून झुरणे वेगळे. सारे पुसण्याची खबरदारी वेगळी, आणि हृदयावर कोरण्याची तयारी वेगळी. परंतु त्या फुलाची तऱ्हाच अजब होती. संध्याकाळ झाली तेव्हा सारा धीर नजरेत एकवटून त्याने वाट पाहिली. फुलपाखरांच्या झुंडीच्या झुंडी तृप्तपणे चालल्या होत्या. तृप्तीवरही नवी मुखशुद्धी म्हणून, त्यांच्यापैकी कुणाहीकडे पाहताना पाकळी नुसती लवली असती, तरी ते आमंत्रण ठरले असते. पण फुलाचे कुणाकडे लक्ष नव्हते. एकदा जे घडले, तेच पुन्हा हवे होते. परंतु पुन्हापुन्हा घडाव्यात इतक्या सुंदर गोष्टी, इतक्या सुंदर असतात, की त्या फक्त एकदाच घडतात, हे समजू न शकणाऱ्या त्या साध्यासुध्या फुलाने जीव ताटकळेपर्यंत वाट पाहिली, आणि संध्याकाळची रात्र झाली.

रात्र झाली आणि साऱ्या रानात चांदण्याचे कवडसे उतरले. त्यांनी फेर धरला आणि नदीओढ्यांनी शिकवलेली गाणी रातकिडे गाऊ लागले. वृक्षांच्या फांद्यांमधून ओघळणारी शीतळाई पक्षी झोपेत पिऊ लागले. फूल बिचारे या कुशीवरून त्या कुशीवर डुलत राहिले. त्याला कसे न कळे, गुदमरल्यासारखे होत होते, कुणी तरी यायला हवे होते, ते आले नव्हते नि येणारही नव्हते. सारी काळोखी रात्र त्याच्याशिवाय काढायची. सावल्यांना न भिता. त्या अक्राळविक्राळ काळोखात एकटा जीव... इवलाइवला. क्षणभर उजळून विरलेल्या, पहाटेच्या त्या सोनेरी किरणासाठी आसावलेला. असल्या प्राणसंकटात फत्तर व्हावे लागते. आपण फूल का झालो, हे त्याला समजेना– आचेवाचून त्याचे मन होरपळले, नि दवावाचून पाकळ्यांवर पाणी सांडले.

त्याच वेळी वनराणी तेथे आली. सगळी मजेत झोपली आहेत का, हे पाहण्यासाठी ती फिरत होती. फूल रडत असल्याचे पाहून ती खाली वाकली. तिच्या कानांतली गोकर्णी आवाज न करता हलली. चाहुलीने फूल पुढे झाले. दयेची नजर पाहून अधिकच व्याकुळले, उसासले. वनराणीने वाऱ्याच्या झुळकीच्या स्वरात विचारले, ''काय झाले रडायला? मला नाही का सांगायचे?''

फूल म्हणाले, ''मी आता जाणार. उद्याची पहाटदेखील मला दिसणार नाही.''

वनराणी चांदण्यासारखी हसली. ''वेडे रे वेडे! जाणार म्हणून का कुणी रडते? जुने जाऊनच तर नवे येते. आणि बरे का, तू गेलास म्हणजे काही कायमचे नष्ट होणार नाहीस. आज तू फूल होतेस, उद्या तू धान्याचा दाणा होशील. कधी पावसाचा थेंब होशील, कधी शेकोटीतला अंगार होशील, काहीही झालेस तरी असेच सुंदर राहशील. कारण सारेच सुंदर आहे. सारे जाणारे आहे हे खरे आहे, पण

सारे काही पुन्हा जन्म घेणार आहे, हे त्याहून अधिक खरे आहे.''

फूल म्हणाले, ''वनराणी, मी जाणार हे मला येण्याआधीच ठाऊक होते. त्याचे दु:ख कशाला करायचे? वाईट वाटते ते एवढ्याचे, की आज मला गवसलेला आनंद आता पुन्हा भेटणार नाही. माझे फुलपाखरू सकाळी भिरभिरत इथे येईल. पण मीच इथे असणार नाही. ते उद्या येईल, परवा येईल, रोज येईल, पण मी मात्र कायमचे निघून जाईन. वनराणी, माझे प्रेम उद्या येईल, पण ते येण्याआधीच मी मरून जाईन! ते येण्याआधीच मी मरून जाईन!''

वनराणी शहारली. क्षणभर विचारात बुडून गेली. आपले उष:कालाचे ओठ तिने घट्ट मिटून घेतले. ग्रीष्माच्या आभाळासारखे निळे डोळे खाली वळविले. तिचे भुरभुरते केस अगदी निमूट बसले आणि गोरी उंच मान उत्सुकतेने व्याकूळ झाली. वनराणीच्या नजरेसमोर वनराणा आला. त्याची लाजेचे कलम लावणारी बेडर नजर आली. हवाहवासा वाटणारा आणि खोटाखोटाच नकोनको म्हटलेला स्पर्श आठवला, आणि ती विचारात गढून गेली. तिच्या मनात शब्द घुमले : 'माझे प्रेम येण्याआधीच मी मरून जाईन!' प्रतिध्वनी उठला : ''माझा वनराणा येण्याआधीच मी–' वनराणी बावरली, थरारली. तिच्या उरात सूक्ष्म व्यथेचे टोक पुन्हा पुन्हा टोचू लागले. फूल कां रडते, हे आपल्याला इतके चांगले समजले नसते, तर बरे झाले असते, असे तिला वाटले, आणि तरीही प्रेमात पडल्यामुळे तिला त्या दु:खाची बाधा झाल्यावाचून राहिली नाही.

ती फुलाला म्हणाली : ''रडू नकोस. मी आहे ना? एवढ्या लवकर मी तुला मरू देणार नाही. भेटेल तुला तुझे प्रेम. आता शांत झोप. सकाळी लवकर उठायचे आहे तुला.''

तिने असे आश्वासन देताच फूल शांत झाले. अगदी गाढ झोपी गेले. वाऱ्याने त्याला आंदुळले, आणि त्याला अंगाई म्हणायला चंद्राने चांदण्यांना सांगितले.

वनराणी मग तेथे थांबलीच नाही. त्या रात्री तिने आणखी कुणाची चौकशी केलीच नाही. ती निघाली. आपले हे साहस वनराण्याला कदाचित आवडणार नाही असे तिच्या मनात आले. परंतु विचार करण्याइतका वेळच नव्हता. चांदण्यांचा पट्टा ओलांडून ती सरळ पुढे गेली. अंगांवर शहाऱ्यांची रोपे फुलविणारी नाजूक थंडी संपली. निळानिळा प्रकाश सरकत आला. गडद जांभळे ढग तरंगताना दिसू लागले. जीव गारठून टाकणारी थंडी पडू लागली. पडताना, बर्फाच्या अणकुचीदार सुया काचेवर पडाव्यात, तशी वाजू लागली. जांभळे ढग काळोखात विरले आणि जिकडे तिकडे गडद काळे पडदे एकावर एक टांगल्यासारखा अंधार पसरला. त्या अंधारातून वनराणी ज्योतीसारखी चालली होती. पुण्यात्म्याच्या आशेएवढा तिचा धीर जबर होता. मातेच्या मायेइतके तिचे साहस मोठे होते.

ती काळाकडे निघाली होती.

त्या रात्रीच्या प्रवासाअखेर ती काळाच्या गुहेत येऊन पोहोचली. काळोखाच्या सावल्यांनी गुहा आतून– बाहेरून लडबडली होती; आणि तरीही त्या गुहेत बरेच काही दिसू शकत होते. एके ठिकाणी वापरलेले दिवस ढीग करून पडले होते. तर दुसऱ्या बाजूला कोरे करकरीत पातळ दिवस बाहेर पडण्याची वाट पाहत तसेच पडून होते. संपलेल्या भावना साचून राहिल्या होत्या. प्रत्येक भावना त्यात होती. युद्धाभिमुख पतींना दिलेल्या निरोपातली करुण स्मिते, त्यांच्या मृत्यूनंतर केलेले विलाप तेथे होते. दिलेले आशीर्वाद नि ते खोटे ठरताच सोडलेले सुस्कारे, तेथे होते. बालकांचे वत्सल मुके आणि मद्याच्या धुंदीतील बेभान चुंबने तेथे होती. या झिजलेल्या भावनांच्या लगद्यातून नव्या भावना तयार करण्याचे काम चालू होते. नव्या भावना शक्य तेवढ्या मूळ साच्याप्रमाणे व्हायला हव्या होत्या. तरीही सगळ्यांच्या एकत्र मिश्रणाने त्यांना नव्या नव्या छटा प्राप्त होतच होत्या. चुरगाळलेले, मलूल होऊन पडलेले जीवनही तेथे होते. अकाली मरण पावलेली बालके, समाधानाने मुक्ती मिळालेले वृद्ध आत्मे, दु:खाने खचलेल्या आत्महत्या, मत्सरापोटी घेतलेले जीव, सुखाच्या क्षणी घडलेले अपघात– सारी प्राणहानी तेथे पसरली होती. याउलट नव्याने जन्माला येणाऱ्या जिवांची हालचाल तेथे सुरू होणार होती. नव्या आयुष्याच्या योजना केल्या जात होत्या. भावबंधांची कलमे एकमेकांवर लादली जात होती. आणि एवढे असूनही तेथे काहीच नव्हते. कारण तेथे हसणारे, खेळणारे जीवन नव्हते. चेतना होती, पण ती बधीर झालेली. भावना होत्या, पण त्या गोठून गेलेल्या. ती काळाची गुहा होती.

धाडस करून वनराणी त्या गुहेत खोलखोल गेली. वाटेत कशाकडे पाहत बसायला तिला फुरसत नव्हती. जीवनमरणाच्या त्या जगड्व्याळ खेळापेक्षा तिला त्या क्षणी एका चिमुकल्या फुलाच्या प्राणाचे महत्त्व अधिक होते. तिची घाई कदाचित आसपासच्या वातावरणाला व्यापून राहिली असावी. कारण कुणीच तिला अडविले नाही. ती सरळ काळाकडे गेली. उद्या सकाळपर्यंत नष्ट व्हायच्या जीवनाच्या यादीवरून शेवटची नजर फिरवीत तो बसला होता. वनराणीला त्याने 'बैस' देखील म्हटले नाही. औपचारिकपणा त्याच्या करणीला नव्हे, पण दाढीलादेखील शोभून दिसला नसता. सरळ त्याने तिला 'काय हवे' विचारले. तिला एका फुलाचा प्राण हवा होता. आणखी काही दिवस काळाने त्याच्याकडे नजर फिरवायला नको होती. मागणी तशी फार साधी होती. पण काळाने मान हलवली. त्याची सगळी योजना बदलणार होती. मागणी तशी फार मोठी होती.

वनराणीने फारफार हट्ट धरला. स्वत:चा प्राणसुद्धा द्यायची तयारी दाखविली,

तेव्हा काळ हलला. आजवर आपली गाठ घेऊ पाहणारे अनेक मानवी, अतिमानवी जीव त्याला आठवले. शब्दात पकडणाऱ्या पतिव्रता आणि रहस्यांवर चर्चा करणारे कुमार आठवले. अधूनमधून असे कुणी भेटले नाही तर काळालाही एकटेएकटे वाटते. वनराणीची मागणी पुरविण्याचे त्याने ठरविले. पण त्याबद्दल मोबदला मागितला. एखाद्या अनुभवी दुकानदाराप्रमाणे काळ म्हणाला, 'पोरी, फुलाच्या प्राणाच्या मोबदल्यात तू मला काय देशील?''

''काय देऊ?'' वनराणीने विचारले. ''माझा स्वतःचा प्राण देऊ?''

''मोठी धूर्त आहेस तू.'' काळ गालांवरच्या सुरकुत्यांखालून हसला. ''तुला पक्के माहीत आहे. ते रान आहे तोवर तुझ्या जिवाला कुणी काहीच करू शकत नाही. मी देखील. आणि ते रान तर आणखी कित्येक वर्षे नष्ट होणार नाही.''

वनराणीला समाधान वाटले. आणखी कित्येक वर्षे आपल्याला वनराण्याच्या सहवासात घालवता येतील, या जाणिवेने ती सुखावली. काळ पुढे म्हणाला, ''आणि एवढा थोरला मोबदला घेऊन मी काय करू?'' मग पुढे वाकून हलक्या आवाजात त्याने सुचविले, ''मला फक्त एकच गोष्ट दे. तुझ्या अंगाचा सुगंध.''

वनराणी दचकली. तिच्या अंगाला सुगंध येत असे. क्वचित उग्र, क्वचित मंद, मधुर, रानच्या झाडापेडांचा, फुलाफळांचा. वनराण्याला तर त्या सुगंधाचे वेडच होते. आणि आता काळ तो सुगंध हिरावू पाहत होता. प्रथम तिला काय बोलावे तेच समजेना. काळही शांतपणे तिचे विचार निरखीत बसला. कदाचित सुगंधाची मागणी प्राणहरणापेक्षा लहान की मोठी, याचाही विचार तो करीत असावा. अखेरीस वनराणी चतुरपणे म्हणाली, ''माझ्या अंगाचा सुगंध घेऊन तुम्ही काय करणार आहात?''

''काळ तुला वाटतो तेवढा अरसिक नाही.'' स्मित करीत काळ म्हणाला, ''सुंदरसुंदर गोष्टींचा मीदेखील संग्रह केला आहे. नमुन्यादाखल हे पाहा.'' असे म्हणून त्याने तिला जवळचे एक काचपात्र दाखविले. आतली वस्तू सोन्यासारखी चकाकत होती. त्या, दवडलेल्या सुवर्णसंधी होत्या.

वनराणीने काळाची अट कबूल केली. परंतु मग जरा धीटपणे तिनेही आपली एक अट घातली. एक पक्षभर ते फूल त्याने नष्ट होऊ द्यायचे नव्हते. काळाने ती अट मान्य केली. उत्तररात्री वनराणी परतली, तेव्हा तिच्या अंगाचा सुगंध कायमचा नष्ट झाला होता, परंतु मन समाधानाने दरवळत होते. फुलाचा मृत्यू पंधरा दिवसांनी पुढे गेला होता आणि तिने प्रेमाशी इमान राखले होते.

फूल पहाटेपहाटेच जागे झाले. दिशा उघडायच्या आधीच फुलाला जाणवले, की आपण काल मिटलोच नाही. आकाशाचा आकार त्याच्या आनंदाला पुरेनासा झाला. जीवन सुंदर आहे, असे पुनःपुन्हा त्याच्या मनात येत राहिले, आणि

वाऱ्याच्या झुळकीवर बसून जेव्हा त्याचे फुलपाखरू कालच्यासारखेच आजही त्याच्या भेटीला आले, तेव्हा तर ते इवलेसे फूल धन्यतेने गुदमरून गेले. इच्छा केवढीही असली तरी पूर्तीचा आनंद सारखाच मोठा असतो, असे काहीसे त्याला वाटत असले पाहिजे. परंतु असे वाटण्याच्या आधीच फुलपाखरू फुलाच्या जवळ गेले. फुलाने त्याला हृदयाशी अगदी घट्ट धरून ठेवले. हा मीलनाचा क्षण मिळविण्यासाठी त्या फुलाला आणि त्याच्याविषयी लोभ वाटणाऱ्या लोकांना केवढी किंमत द्यावी लागली होती, ते फुलपाखराला मुळीच माहीत नव्हते. परंतु खरा आनंद लुटायला त्याची किंमतच कळावी लागते, अशी फुलपाखरांची रीत नाही. शिवाय फुलपाखरे विचार करीत असती, तर ती इतकी सुंदर राहिलीच नसती.

वनराणीदेखील जेव्हा वनराण्याच्या मिठीत गेली, तेव्हा तिचे सारे विचार संपले होते. विचार करूनकरून आणि त्याप्रमाणे वागून ती फार थकली होती. आता तिला नुसते कुणाच्या तरी आधाराने शांत पडून राहायचे होते. आधारासाठी तिने वनराण्याच्या विशाल छातीवर आपले रेशमी केसांचे डोके ठेवले मात्र, त्याने लगेच तिला दूर केले. का कोण जाणे, आज तो हरवल्यासारखे वागत होता. त्याच्या ओठांवर आज चुंबनाचे आमंत्रण लिहिलेले नव्हते. डोळ्यात आपुलकी हिंदकळत नव्हती की मुद्रेवर माया कोरलेली नव्हती. वनराणी बावरली. तो असे परक्यासारखे कां वागतो, हे तिला कळेना. तिने त्याच्या पाठीवर डोके ठेवले; तो बाजूला झाला. तिने त्याच्या गळ्यात हात टाकले; त्याने ते दूर केले. तिने त्याच्याकडे प्रेमाने नजर लावली; तो जमिनीकडे पाहत राहिला.

तिच्या अंगाचा सुगंध आज लोपला होता, म्हणून त्याचे तिच्यावरचे प्रेम उडाले होते. तिने त्याला हर प्रयत्नांनी समजावून सांगितले, पण तो अधिकच विटला. तिने त्याला सुगंध हरवण्याचे कारण सांगितले. पण त्याला ते खरे वाटले नाही. तो तिखटपणे हसला. ते कारण खरे असले, तर ती सगळ्याच स्त्रियांसारखी वागली होती. अगदी मूर्खपणाने. तिच्या मूर्खपणाचा, दुबळेपणाचा, हळवेपणाचा त्याला अगदी कंटाळा आला. वनराण्याच्या प्रियेने जगात वावरताना काही गोष्टी लक्षात ठेवायच्या असतात, आणि काही झाले तरी त्यांची सीमा ओलांडायची नसते. तिने व्यवहाराची सीमा ओलांडली होती, आणि त्याचे प्रेम संपले होते. तो तिला कायमचा पारखा झाला होता.

पुरुषी शहाणपणाच्या, मोठेपणाच्या आणि वैभवाच्या तोऱ्यात तो निघून गेला आणि ती विकल होऊन पडून राहिली. तिची शुद्ध जाग्यावर होती, आणि तरीही तिला काही समजेनासे झाले होते. अनेक गोष्टींचा अर्थ तिला लागतच नव्हता. जे नवे अर्थ लागत होते, ते तिला सहन होणारे नव्हते, पेलणारे नव्हते. अशक्य गोष्टी शक्य करण्याच्या भरात, ती अशा एका गोष्टीपर्यंत येऊन पोहोचली होती, की तेथे

काहीही करणे शक्य राहिले नव्हते. वर्षेच्या उत्तररात्रीसारखी दु:खाने ठिबकत ती पडून राहिली.

असे काही दिवस गेले. वनराणीला एकाएकी फुलाची आठवण झाली. त्या आठवणीने तिच्या मनात समाधानाच्या चांदण्या लकाकू लागल्या. रानात वाऱ्याच्या झुळुकी वाजू लागल्या. कमळांभोवती पाण्याचे तरंग उठले. वनराणीला बरे वाटले. आपले हरपले, ते मातीमोल नाही झाले. कुणाला तरी गवसले. कुणीतरी त्यामुळे हसले. मग आता दुःख कसले? त्या धीराने तिला शक्ती दिली, ती उठून बसली, निघाली. पालापाचोळा तुडवीत ती फुलाकडे गेली. लांब उभी राहिली. तिला वाटले, फुलपाखरू आले असेल, नुकतेच भेटले असेल. सुखदुःखाच्या कोशाचे धागे विणायला नुकतीच सुरुवात झाली असेल. आधीच ते बेटे चंचल. आपली नुसती चाहूल लागली, तरी थरथरत्या पंखांनी तसेच वाऱ्यावर झेप घेईल. फूल विरहाने व्याकूळ होईल. म्हणून ती फुलापासून थोडी लांब राहिली.

परंतु तेथे कुणीच नव्हते. फूल एकटेच बसले होते. मलूल मलूल दिसत होते. ती आश्चर्याने ओसंडून गेली. फुलाला म्हणाली, "माझ्या फुला, आता काय झाले तुला?"

फूल निःश्वासले, "काय सांगू राणी, मीच वेडे. फुलपाखरावर विश्वास ठेवला. त्याची आशा ठेवली, त्याची भक्ती केली. त्यासाठी आयुष्य मागून घेतले. पण सारेच माझे चुकले. एके सकाळी झुंडीबरोबर फुलपाखरू उडून गेले, दुसऱ्या गावाला. कायमचे गेले, नव्या फुलांच्या देशाला. त्याला कोण अडविणार?" बोलता बोलता फूल रडू लागले.

या वेळी वनराणी काहीच बोलली नाही. काय बोलायचे? प्रियकर परत आणून देणे, प्राण आणून देण्याइतके सोपे नव्हते. तिच्या मनात धुकेधुके जमून आले. फुलाला खूपखूप सांगून टाकावे असे तिला वाटले. निदान इथे तरी भरले हृदय उतू द्यावे नि मोकळेमोकळे व्हावे असे तिला वाटले. पण तिच्याने काही बोलवलेच नाही. तिला फुलाला सांगायचे होते: 'रडू नकोस. एकदोन दिवसांत शुक्लपक्ष संपेल, दोन दिवसांनी तू मरून जाशील. निदान तेवढे तरी सौख्य तुला. दोनच दिवस आता हे सहन करायचे. तुला काही कुणी अमर केलेले नाही. केवढे तू सुखी...'

पण ती काहीकाहीच बोलली नाही. तिला फार फार वाईट वाटत होते. कणव येत होती, सहानुभूती वाटत होती, करुणा येत होती. मग ती कुणाविषयी, कुणाला कळे! आणि तरीही ती काहीच बोलू शकली नाही.

तिने फक्त इतकेच केले– डोळ्यांतले पाणी डोळ्यांबाहेर पडणार नाही इतक्या हलकेच तिने त्या फुलाचे एक चुंबन घेतले.

एका गावात एक कुंभार राहत असे. त्याला एक मुलगी, एक बायको आणि अर्थातच एक गाढव, होती. कुंभारीण घरकामात त्याचप्रमाणे इतर अनेक कामांत हुशार होती. तिचा रंग सावळा व नाकडोळे देखणे होते. बांधा उभार आणि लोभसवाणा होता. कुंभाराची मुलगी शांतीदेखील रूपाने आईसारखीच होती, परंतु ती अद्याप फारच लहान असल्यामुळे तिचा बांधा अजून शेलाटाच होता. बाकी ती चलाख असून तिला वयाच्या मानाने समज चांगली होती.

शांती चौदा वर्षांची झाली आणि कुंभार एकाएकी गाढवाची लाथ छातीत बसल्यामुळे मरण पावला. गावच्या लोकांनी कुंभारणीला अनेकवार सांगून पाहिले की तू अजून तरुण आहेस. तुझा धंदा भरभराटीला यायचा आहे. तुला, तुझ्या धंद्याला आणि तुझ्या पोरीला आधार पाहिजे, तू दुसरा घरवाला शोधून संसार करू

कुंभ

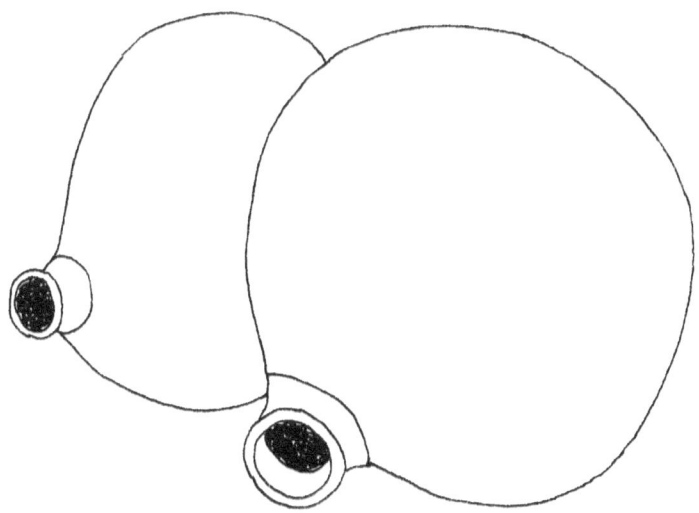

लाग. परंतु कुंभारणीला हा विचारच पटेना. तिचे कुंभारावर फार प्रेम होते. रिकाम्या मडक्याकडे पाहिले की त्याच्या आठवणीने तिला रडू येई.

शेवटी घरातले किडूकमिडूकसुद्धा संपले. मायलेकींच्या अंगावर फाटके कपडे आले. चिखलामातीचे ढीग दारात पडून राहू लागले. दुकानातली आणि घरातलीही गाडगीमडकी रिकामी पडू लागली. उपासमारीने वाळलेले गाढव उकिरड्यावर लोळू लागले. तेव्हा, स्वत:साठी नाही, तरी पोरीसाठी आणि गाढवासाठी काहीतरी करणे भाग आहे असे कुंभारणीला वाटले. तिने चौदा वर्षांच्या शांतीचे लग्न करून द्यायचे ठरवले. नाहीतरी जातीच्या पद्धतीप्रमाणे शांतीचे लगीन एव्हाना होऊन जायलाच हवे होते. चांगला उद्योगी, स्वभावाने गरीब नि मनमिळाऊ असा जावई मिळाल्यास पोरीला आणि धंद्याला आधार होईल आणि आपली दुहेरी काळजी एकदम मिटेल, असा धूर्त विचार करून कुंभारणीने शांतीचे लगीन शेजारच्या गावच्या रामूशी करून दिले. रामू सोळा वर्षांचा, देखणा, सुदृढ, प्रामाणिक, सुस्वभावी इ. इ. असा मुलगा होता. छोट्या शांतीला हा नवरा एकदम आवडला आणि त्याच्याशी चांगलीच गट्टी करण्याचे तिने ठरवले.

चार दिवस लग्नाची मोठी धांदल उडून गेली. नवीन चिरगुटे आणि गोडधोडाचे जिन्नस घरात केल्यामुळे शांतीला फार गंमत वाटली. रामूच्या घरी कुणीच नसल्यामुळे लग्नानंतर तो सासुरवाडीतच राहून कुंभाराचा धंदा चालवू लागला. कुंभाराच्या छोट्याशा घरात पुन्हा एकदा सुख नांदायला आले. रामू, शांती आणि शांतीची आई, अशी तिघे मजेत राहू लागली. गाढवाने देखील उकिरडा सोडला व ते पुन्हा एकदा त्या घराच्या छपराला येऊन मजेत खिंकाळत राहिले.

एकदा उजाडताना कुंभारीण केळीजवळ दगडावर बसून आंघोळ करीत होती. नुकते कुठे दिसू लागले होते आणि माणसांची वर्दळही फारशी नव्हती. त्यामुळे कुंभारीण नि:शंकपणे न्हात होती. एवढ्यात रामू दारात आला नि दाताला मशेरी लावीत बसून राहिला. कुंभारणीला काही तो दिसत नव्हता. पण रामूला केळीच्या पानांआडून तिची एक बाजू दिसत होती. न्हाता न्हाता तिची तंद्री लागली होती. वरून येणारे पाणी तिच्या मधपोळ्यासारख्या भरदार छातीवरून घसरे, किंचित्काल टोकाशी येऊन थांबे. कोवळ्या प्रकाशात ती तांबड्या मनुकांसारखी टपोरी टोके चकाकत, नि पाणी तिथूनच भस्‌दिशी खाली पडे. पाण्याचा हा खेळ पाहताना रामूला मोठी मजा वाटत होती.

शांतीचे तोंड धुणे मघाच आटोपले होते. रीतीपुरत्या अंगावरून घेतलेल्या पदराला तिने हात स्वच्छ पुसले आणि चहाचे पाणी ठेवण्यासाठी पातेले खळखळून विसळले. पाणी टाकण्यासाठी ती खिडकीशी आली, तर तिला पायऱ्यांवर बसलेला नवरा दिसला. तो एवढा एकटक कुठे बघतो आहे, म्हणून तिने आश्चर्याने पाहिले,

तर तिला आई आंघोळ करताना दिसली.

सकाळ वयात यायला लागली. पक्षी गोंगाट करीत रानात निघाले. आभाळ हळूहळू निळे व्हायला लागले. वाढत्या प्रकाशात पाणी पिणाऱ्या त्या केळी अधिकच हिरव्यागार दिसू लागल्या. कुंभारणीचे न्हाणे संपले. ती वळली. कमरेचे ओले चिरगूट पिळीत तशीच उभी राहिली. शांतीच्या मनात आले, आईचे शरीर या वयातसुद्धा इतके भरदार आहे. नकळत तिने स्वत:चा ऊर चाचपून पाहिला. आणि ती हिरमुसली झाली. रामूने आईकडे असे पाहू नये, असे तिला वाटले. तिने त्याच्याकडे पाहिले. मशेरी लावणे आटोपून तो घरात निघाला. शांतीचे मन एका चमत्कारिक भीतीने भरून गेले.

दिवसभर घुमी राहून ती एकच विचार करीत राहिली. खोबरे कातताना नारळाच्या करवंट्या हाताने झेलत राहिली. मग पटकन तिने दरवाजा आड करून त्या छातीला लावून पाहिल्या. एक क्षणभर तिला बरे वाटले. तिने मान उंचावली आणि केस मागे पडू दिले. भांड्याच्या तळाची साय खरवडून खावी, तसे तिने ते समाधान अनुभवले. दुसऱ्याच क्षणाला त्या करवंट्या खाली घसरत आल्या नि मोठा आवाज करीत जमिनीवर पडल्या. आता तिची छाती अधिकच रिकामी नि सपाट वाटू लागली. करवंट्यांचा आवाज ऐकून तिची आई धावत आली नि काय झाले, विचारू लागली. शांती काहीच न बोलता आईकडे पाहात पाहात बाहेर निघून गेली. आईला आश्चर्य वाटले. तिला वाटले, पोरीचे काहीतरी बिनसले. ती आता कसलातरी हट्ट धरणार. रंगीत काकणांचा नाहीतर बोरमण्यांच्या माळांचा. संध्याकाळी रामू एकटाच तळ्याच्या काठाकाठाने चालला असताना शांती त्याच्या मागोमाग पळत गेली आणि तिने त्याला थांबवले. त्याच्यापाशी हट्ट धरला. पण तो काकणांचा नव्हता की माळांचाही नव्हता.

शांती रामूला म्हणाली, ''आपण वेगळे राहायचे.'' रामूला आश्चर्य वाटले. आजच हे वेड हिच्या डोक्यात कुठून आले ते त्याला कळेना. तो म्हणाला, ''इतके दिवस काही बोलली नाहीस. नि आजच–'' ती म्हणाली, ''तेच तर. इतके दिवस राहिलो हे चिक्कार झाले. आता अधिक दिवस राहिलो तर लोक नावे ठेवतील. गुळावरची माशी आणि सासुरवाडीचा जावई फार वेळ राहिला की हाकलूनच देतात.'' तो थक्क होऊन तिचे पोक्त बाईसारखे बोलणे ऐकतच राहिला. आपल्याला शहाणी, समंजस बायको मिळाली म्हणून त्याला आनंदही झाला. ती पुढे म्हणाली, ''आधीच घरजावई झालात म्हणून सगळे तुम्हाला हसतात.'' तो म्हणाला, ''अगं पण धंदा?'' शांती ठसक्यात म्हणाली, ''आपण आपला वेगळा धंदा सुरू करू. आई पाहिजे तर चाकर ठेवील कामाला. पण जावयाने काही सासूदारी राबणे चांगले नाही.'' भोळा रामू शेवटी तिचा हट्ट पुरवायला तयार झाला. दुसऱ्याच दिवशी दोघे

घर सोडून दुसऱ्या गावी गेले.

दुसऱ्या गावी एक मातीचे घर घेऊन ती राहू लागली. शांतीला मध्येमध्ये आईची आठवण येई. पण तिला रामू आवडत असे. कधीकधी तो तिला चिडवायचा, नि भांडण उकरून काढायचा. पण तरीसुद्धा एकंदरीत त्यांची गट्टी चांगली जमली होती. तो जेवल्याशिवाय ती जेवत नसे की रात्री तो चांगला घोरायला लागेपर्यंत ती झोपत नसे. त्यांच्या घरात एक दोऱ्यांची बाज होती. तो बाजेवर झोपत असे नि ती खाली. कधीकधी मात्र रात्री मध्येच जाग आली की तिला भीती वाटायची. आईच्या घरात आपण तिच्या कुशीत झोपत होतो तेच बरे, असे वाटायचे. अशा वेळी ती उठायची आणि रामूच्या शेजारी उरलेल्या जागेत अंगाचे मुटकुळे करून झोपी जायची. असे काही दिवस मजेत गेले. मग उन्हाळा आला. त्यांच्या समोरच्या घरातली बाई मधूनमधून शांतीला बोलावून घेऊ लागली. तिच्या चिमुकल्या नखांनी घामोळे पटापटा फुटते म्हणून. या बाईला घामोळे फार यायचे. पाठ नुसती लालेलाल होऊन जायची. दुपार झाली नि कुणाचा वावर नसला, की ती अंगावरचा पदर खाली टाकून बाहेर उघडी बसायची. बाई मधल्या वयाची होती आणि उघडी बसली, की तिची छाती पोटावर लोंबायची. तिला पाहून शांतीला चीड यायची. ती स्वत:च्या शरीराकडे निरखून पाहायची. छातीचा भाग बोटांच्या चिमट्यात धरून बघायची. त्यात थोडा फरक पडतो आहे असे तिला वाटायचे. पण नक्की काय ते कळत नसे. मग ती जास्तच धुमसायची. पुढेपुढे ती निरनिराळ्या सबबी सांगून, घामोळे फोडायला जाईनाशी झाली, पण बाई बाहेर केव्हा येऊन बसणार हे तिला सवयीनेच कळू लागले होते. त्या वेळी ती स्वयंपाकघरात उष्टेशेण काढीत असली तरी तिला बाहेर त्या बाईची चाहूल लागायची. उड्या मारीत येऊन ती खिडकीतून बघायची. ''बसली बया फतकल मारून–'' असे म्हणत हातपाय आपटीत घरात परत यायची, एकदा स्वत:च्या छातीवरून हात फिरवायची, मग नवऱ्याची चाहूल घ्यायची. तो दुपारचा घोरत पडलेला असायचा. पण कधी जागा होऊन बाहेर येईल, याचा नेम नसे. मग ती बाई आपल्या घरी जाईपर्यंत तिच्या छातीत धडधडत राहायचे.

शेवटी हे फार झाले. शांतीला सहन होईनासे झाले. ती एके दिवशी रामूला म्हणाली, ''आपण एवढे हे घर घेतले खरे. पण त्याचा काही उपयोग नाही.'' रामू आश्चर्याने म्हणाला, ''कां? काय झाले?'' शांती म्हणाली, ''घर चांगले नाही. रात्री धबाधबा पावले वाजतात. परवा एक मंतरलेले लिंबू उंबरठ्यात सापडले. काळी मांजरे तर वाटेल त्या प्रहरी घरभर हिंडत असतात. कुणी म्हणत होते, की या घराखाली बाळंतीण पुरलेली आहे. मला बाई भीती वाटते.'' एवढे सांगितल्यावर रामूही हादरून गेला. त्याचे तर पोरवयच होते; शिवाय असल्या गोष्टींपासून जपूनच

राहणे चांगले. तो जागा बदलायला तयार झाला. दुसऱ्या दिवशी त्याला गावात दुसरे घर सापडले. या घराखाली बाळंतीण पुरलेली नव्हती आणि समोरच्या घरात घामोळ्याने बेजार झालेली बाईही नव्हती.

इतके असूनही शांतीचा त्रागा दिवसेंदिवस वाढतच चालला. आपण आपल्या आईसारखी होणार तरी कधी, या विचाराने ती नुसती पछाडली होती. आपल्यातली उणीव कोणत्याही निमित्ताने नवऱ्याच्या ध्यानात येईल अशी भीती तिला एकसारखी वाटे. पण रामूचे आजूबाजूला लक्षच नसायचे. तो आपला दिवसभर आपल्या कामात गढलेला असायचा आणि थकून रात्री अंथरुणाला पाठ लागली की गाढ झोपी जायचा. याही गावात त्याने हळूहळू धंद्याचा जम बसवायला सुरुवात केली. तसा तो फार उद्योगी होता. त्याचा हातही चांगला होता. त्याने केलेले घडे अतिशय सुबक आणि गोल असायचे. एकदा तो काम करीत बसला असताना शांती कसलासा निरोप सांगायला तिथे गेली आणि तिला जे दिसले त्याने तिचा जीव बेचैन झाला. रामू– तिचा प्रत्यक्ष नवरा– एका मातीच्या घड्यावरून हात फिरवीत बसला होता. घडा अगदी गोलाकार होता. त्याची मातकट तपकिरी कांती उन्हात तुकतुकत होती. रामू अगदी मन लावून त्यावरून हात फिरवीत होता. अगदी हलकेच, मऊ स्पर्श करीत होता. मायेने थापटत होता. शांती मत्सराने वेडीपिशी झाली.

काही न बोलता ती परत आली. तिने अंगावरचा पदर खाली ओढला. चोळी फेडून टाकली आणि घंगाळात पाणी घेऊन ती आपल्या शरीराचे प्रतिबिंब पाहत बसली. पण घंगाळातले पाणी एकसारखे हलत असल्यामुळे नि शांतीचे डोळे पाण्याने भरून आल्यामुळे, तिला ते दिसतच नव्हते.

रात्री रामू काम संपवून बसल्याबसल्या विश्रांती घेत होता. शांती कंदील घेऊन बाहेर आली आणि म्हणाली, ''असला कसला धंदा करता, दिवसभर चिखलमातीत हात घालण्याचा? दुसरा कसला तरी चांगला धंदा शोधावा. शेतात, रानात, मोकळ्यावर खपण्याचा.'' रामू म्हणाला, ''अगं हा आपला पिढीजाद धंदा आहे.'' शांती म्हणाली, ''असेना. तुमच्या वयाचे सगळे पुरुष काही पिढीजाद धंदेच तेवढे करीत नाहीत. ते एकसारखे नवीन नवीन धंदे शोधून काढीत असतात.''

पण रामूला हे पटले नाही. तो झाले तरी मनुष्यच होता. बायकोने काय वाटेल ते सांगावे आणि आपण ते ऐकावे, हे त्याला मानवेना. हिच्यासाठी गाव सोडले, घर बदलले, आता धंदा बदलायचा? या चिमुरड्या पोरीसाठी? काय संबंध आपला? काय कारण तिचे ऐकण्याचे? त्यातून तिने तरी असा लहरीपणा काय म्हणून करावा? आपला अंत कां पाहावा? खरोखर, या पोरीच्या मनातले काही सांगता येत नाही. अशा विचाराने रामू वैतागला. बोलता बोलता शब्दाने शब्द वाढत

गेला, आणि अखेरीस रागाच्या भरात त्याने तिच्या अंगावर हात टाकला. ती मुलगीही खवळली. तिने त्याला उलट एक थप्पड मारली. त्याने तिच्या गालावर एक ठेवून दिली. मग त्याच्या अंगात काय संचारले कुणास ठाऊक, पण तो तिला एकामागून एक चापट्या मारीत राहिला.

आणि एकदम एक आश्चर्य घडले. शांतीचा प्रतिकार थांबला. त्याने दिलेला मार ती मुकाट्याने सोसू लागली. एवढेच नव्हे, तर त्याने असेच आणखी मारीत राहावे, असे तिला वाटले. त्यात तिला कधी न अनुभवलेला एक प्रकारचा गूढ आनंद वाटू लागला.

मारता मारता कधीतरी त्याने तिला जवळ ओढले. आजपर्यंत कधीच न जाणवलेली एक नवी गरज त्याला जाणवू लागली. मघा जितक्या आवेशाने तो तिला मारत सुटला होता, तेवढ्याच आवेगाने आता तो तिच्या सबंध शरीराची चुंबनावर चुंबने घेऊ लागला. वळवाच्या सरीसारख्या एकाएकी कोसळलेल्या या चुंबनांनी ती गुदमरून गेली आणि अपार सुखात चिंब भिजली. श्वास घेण्यापुरता एक क्षणभर तो थांबला, एवढ्यात ''कुणी पाहील ना—'' असे म्हणत त्याच्या हातातून सुटका करून घेत ती घरात धावली. तिच्यामागून तोही आत गेला. पायऱ्याजवळ ठेवलेल्या अर्ध्याकच्च्या मडक्याला त्याची लाथ लागून ते घरंगळत गेले नि त्याच्या ठिकऱ्या ठिकऱ्या झाल्या. तरीही तिकडे लक्ष न देता तो तसाच धावत गेला. दोऱ्यांच्या बाजेशीच त्याने तिला गाठले, आणि तोल जाऊन ती दोघेही बाजेवर कोसळली.

सकाळ झाली तेव्हा त्याला काहीतरी वेगळे वाटत होते. खूप हुशारी वाटत होती. एकदम नवा साक्षात्कार व्हावा, तसे झाले होते. इतके दिवस आपण असे वागत नव्हतो, हा किती वेडेपणा झाला, असे वाटत होते. मग एकदम त्याच्या मनात आले की, अरेच्या, सगळे लोक आपल्या बायकांशी असेच वागत असतील की! काय फाजिल असतात लोक, अशा विचाराने त्याला एकदम हसू आले. दाताला मशेरी लावीत पायऱ्यांवर बसल्याबसल्या एकेका आठवणीने त्याला गुदगुल्या होऊ लागल्या. एवढ्यात त्याचे लक्ष समोर गेले.

समोर केळींच्या आसऱ्याला दगडावर बसून त्याची बायको आंघोळ करीत होती. आपल्याकडे कुणी पाहत आहे, याची तिला जाणीवच नव्हती, इतकी ती स्वत:चे शरीर न्याहाळण्यात गुंग होऊन गेली होती. तिला देखील आज एक नवीनच गोष्ट समजली होती. आपले बालपण मागे पडले आहे, हे तिला नव्यानेच उमजले होते. तिच्या शरीरात अगदी लक्षात येईलसा बदल झाला होता. खरे म्हणजे आपण अगदी आईच्याच वळणावर जाणार आहोत, ही जाणीव तिला एकाएकी झाली होती. या विचाराने ती हरवून गेली. तिने पाण्याचा तांब्या बाजूला ठेवला नि

दोन्ही हातांनी आपले स्तन उचलल्यासारखे केले. नवीनच मिळालेली एखादी वस्तू लहान मूल जशी अपूर्वाईने न्याहाळते, तसे तिने त्याचे कौतुक केले. वर उचलताच तिला त्यावर उठलेल्या व काळसर पडत चाललेल्या नखांच्या खुणा दिसल्या आणि तिला आपल्या शरीरात झालेल्या बदलाची खात्री पटली. सगळा पोरकट त्रागा ती आता विसरून जाणार होती. कुणाचाही हेवा करण्याचे तिला आता कारण नव्हते.

पायऱ्यांवर बसलेला रामू तिच्याकडे एकटक पाहात होता. मधाच्या रंगाच्या तिच्या ओल्या चिमुकल्या स्तनांवर कोवळे किरण पडत होते. आपण रोज तयार करीत असलेल्या घड्यांपेक्षा त्यांचा आकार कितीतरी अधिक सुबक आहे, हे आजवर कधीच आपल्या लक्षात येऊ नये, याचे त्याला नवल वाटले. तिची सबंध आंघोळ पुरी होईपर्यंत रामू तसाच पाहात बसला असता, पण पुढल्या दारी कुणीतरी हाक मारली म्हणून तो बाहेर गेला. नामा सुताराच्या आंब्याला पहिली फळं धरली होती, म्हणून तो पाचसहा घेऊन आला होता. रामूने त्याच्याकडून आंबे घेतले खरे, पण त्याच्या मनात आले की शांती याच्यात काय खुसपट काढील कोण जाणे. कारण एकदा दारात आंबा लावायचे तो म्हणाला असताना, ती केवढ्याने तरी त्याच्या अंगावर धावून गेली होती. म्हणाली होती– "मला नाही आवडत आंबे." आंब्यात न आवडण्यासारखे काय आहे, हे त्याच्या काही केल्या लक्षात आले नव्हते.

म्हणूनच आताही तो आंबे घेऊन घरात गेला, तेव्हा ती काय म्हणेल याची काळजी त्याला वाटतच होती. शांती नुकतेच अंग धुणे आटोपून घरात आली होती नि लुगडे नेसत होती. त्याला एकदम आत शिरलेला पाहून पहिल्याप्रथमच लाजेने पदर लपेटून घेण्याची तिची कोण तारांबळ उडाली. पुन्हा पुन्हा पडणारा पदर सावरीत ती म्हणाली, "काय हवंय?" पडणाऱ्या पदराकडे पाहात तो म्हणाला– "हे आंबे पाहिले?"

पण त्याच्या अपेक्षेप्रमाणे ती रागावली नाही. एक शब्दही बोलली नाही. फक्त गालातल्या गालात हसत ती लाजली. फार फार लाजली.

एकदा एका कवीला भाताच्या शेतात एक कृषिकन्या दिसली. कवी डोंगरमाथ्यावरून हिंडत होता. अस्वस्थपणे, बेचैनपणे. न सापडणाऱ्या, हृदयात उतरता उतरता हरवणाऱ्या शब्दांमागून तो धावत जात होता. जे त्याच्यापाशीच होते, परंतु त्याला गवसत नव्हते, अशा कशाचा तरी तो वेध घेत होता. आणि एकाएकी त्याला ती दिसली. एक पाऊल बांधावर ठेवून ती तंद्रीत उभी होती. सांज होऊ लागली होती. घरी परतणाऱ्या गुराढोरांनी उडवलेली धूळ थेट आभाळात पोहोचून तेथे लाल-पिवळ्या रंगांची दाटी झाली होती. आता कोणत्याही क्षणी त्या रंगांवर अंधाराची धारा गळणार होती, आणि शेवटी ते सारे दृश्य काळोखात बुडून जाणार होते. परंतु हे तिला समजत नसावे. कारण तिला घरी जाण्याची मुळीच लगबग दिसत नव्हती. तिच्या मैत्रिणी एव्हाना घरोघर पोहोचल्या होत्या. ज्या वाटेवर होत्या, त्या एकमेकींना

कवीची प्रिया

साद घालीत होत्या. झपझप चालता यावे, यासाठी एकमेकींचे ओझे हलके करीत होत्या. परंतु ती मात्र निघतानिघता तेथेच खिळली होती. कशाचे तरी पाऊल वाजले होते, त्याची चाहूल घेत ती तेथेच एक पाऊल बांधावर टेकून उभी होती. वाऱ्याने सळसळणाऱ्या भाताच्या हिरव्या लाटा तिच्या नजरेसमोर होत्या, पण त्या तिला दिसत नव्हत्या. ती एकाएकी निश्चल, नि:स्तब्ध झाली होती. भारल्यासारखी उभी राहिली होती.

आणि याच वेळी त्याने तिला पाहिले. तशी काही ती मोठीशी सुंदर नव्हती. तिचा वर्ण तिथल्या मातीहून अधिक तांबूस होता. तिथल्या उभ्या नारळीपोफळींसारखी ती उंच नि सडपातळ होती. नाक टोकाशी उचललेले होते नि भुवया मध्यावर जुळलेल्या होत्या. कामाने सारे केस विस्कटले होते व घामाने कपाळ भिजले होते. जेमतेम गुडघ्यापर्यंत पोहोचणारे नि ठिकठिकाणी ठिगळ मारलेले वस्त्र ती नेसली होती. अपुऱ्या चोळीमधून दिसणारी वक्षस्थळेसुद्धा अगदी कैरीएवढी लहान होती. अशी ती कृष्णवर्णी कृश कृषिकन्या त्या कवीला पाहताक्षणीच आवडली; कारण एखाद्या क्षणाची अशी काही जादू असते, की तेव्हा मातीला सोन्याची झळाळी येते आणि राखेला हिऱ्याची चकाकी मिळते. त्या जादूच्या क्षणी कवीचे कृषिकन्येवर प्रेम बसले. जे मनातच होते, नि तरीही हरवले होते, त्याचा उगम सापडला. उगमावाटेचा धोंडा दूर होताच झरे असे काही खळखळले की मनाचे नुसते पाणी पाणी झाले. काळोख पडला आणि सायंकाळचे सोनेरी स्वप्न त्यात विरून गेले, तरी कवी कविता रचीतच होता. आता शब्द त्याच्या अवतीभोवती रूंजी घालू लागले नि शब्दांनी खेचलेले सूर लडिवाळपणे पळत आले. रात्र झाली आणि डोंगरमाथ्याने रातकिड्यांच्या साथीची कवीची रागिणी ऐकली. कवी प्रेम करू लागला होता.

त्यानंतर त्याला ती सगळीकडेच दिसत राहिली. शुभ्र कमळांनी फुललेल्या तळ्याकाठी ती वाकली होती. दोन किनाऱ्यांमधले अंतर तोडण्यासाठी तिने हातांत वल्ही घेतली होती. भाताचे भारे डोक्यावर सावरीत ती घराकडे परतत होती. म्हशीच्या पाडसाच्या मानेला खाजवीत होती. बाजारात काकणे भरून घेत होती. कवीने तिला सगळीकडे पाहिले. सगळ्या वेळी पाहिले. तेच टोकाशी किंचित उचललेले नाक, ते भुरभुरीत केस, तो सावळा वर्ण, तीच कृश अंगयष्टी.

एकदा जिकडेतिकडे सोनेरी ऊन पडले आणि तांबड्या मातीचे सोनेच सोने झाले. अशा वेळी एका अबोल नि समंजस डोहाच्या काठी त्याने तिला गाठले आणि लग्नाचे विचारले. ती काहीच बोलली नाही. मात्र तिने आपले अशक्त हात त्याच्या गळ्यात टाकले नि ती त्याच्या मिठीत विरघळून गेली. पिवळ्या शेवग्यावरून एकसारख्या गळणाऱ्या फुलांनी त्यांच्या केसांत नुसती गर्दी केली. वाऱ्यावरून

मंगलाष्टके वाहत आली आणि शेतांमधल्या साळुंक्या– भोरड्यांनी वऱ्हाडासारखा कलकलाट केला. त्यातले काहीच त्या दोघांना ऐकू येत नव्हते, की काही समजत नव्हते, आणि त्याच क्षणी त्यांचे लग्न लागले.

लग्नानंतरचे काही दिवस फार सुखात गेले. तोडलेले फळ त्यांनी अर्धेअर्धे वाटून घ्यावे, एवढेच नव्हे तर एकाच वेळी अर्ध्या अर्ध्या फुलाचा वास घ्यावा. चैत्रातल्या निरभ्र रात्री आभाळातल्या चांदण्या भुईवर शोधाव्यात आणि वैशाखातल्या दुपारी मनातल्या चांदण्या मोजाव्यात. दररोज कळ्यांची फुले झाल्याबरोबर यांचे प्रेम फुलावे, आणि ती कोमेजून गेली तरी बहरत राहावे. असे कितीतरी दिवस लोटले. मोर वर्षानृत्याला, हंस जलविहाराला आणि ती दोघे सहवासाला कंटाळली नाहीत. आषाढाच्या मुसळधार पावसात त्यांचे प्रेम भिजले, रूजले आणि श्रावणाच्या मिस्कील उन्हात फोफावले. पाण्यातल्या प्रतिबिंबासारखी ती एकमेकांत मिसळून गेली.

एका पहाटे गार वाऱ्याच्या झुळकीने कवीच्या डोळ्यांवरची झोप अलगद काढून नेली. त्याने किनखापी गुंगीत हसतहसतच आपल्या प्रियेला जवळ ओढण्याचा प्रयत्न केला. पण हाताला शय्या रिकामीच लागली. त्याने डोळे उघडून पाहिले. तिथे कुणीच नव्हते. तो झटक्याने उठून बसला. ती शय्येवर नव्हती. तसेच धावत जाऊन त्याने सगळे घर धुंडाळून पाहिले. ती घरात नव्हती. भराभरा पायऱ्या उतरून तो तुळशीवृंदावनाजवळ आला. तेथे तिच्या हातची रांगोळी नव्हती. तो पळत पळत परसदारी गेला. रोपांची मुळे भिजलेली नव्हती. तो गोठ्यात गेला. वासरू सोडलेले नव्हते.

ती स्नानाला गेली असेल, असे वाटून तो नदीवर गेला. कपडे धुणाऱ्या बायका त्याच्याकडे पाहून बुचकळ्यात पडल्या आणि स्नान करणाऱ्या, लाजून पाण्यात गेल्या. विहिरीवर, देवळात, बाजारात, सगळीकडे त्याने तिची चौकशी केली. परंतु कुणालाच काही माहीत नव्हते.   ती कुठेच नव्हती. जशी एकाएकी ती त्याच्या आयुष्यात आली होती, तशीच एकाएकी ती निघून गेली होती.

दुपार झाली, संध्याकाळ झाली, रात्र पडली तरी ती परतलीच नाही; आणि त्याला समजून चुकले, की ती येणारच नाही. आभाळाला ठिकठिकाणी चांदण्यांच्या जखमा झाल्या आणि ते देवाचे आसू गाळू लागले. जखमी आभाळाचे कण्हणे घुबडाच्या घुत्कारासारखे वाटू लागले. कवी खिन्न होता. बेभानपणे चालत तो भाताच्या शेतात गेला. तेथेच त्याला ती प्रथम दिसली होती. अजूनही ती तशीच उभी होती. एक पाऊल बांधावर ठेवून. चांदण्यात ती एखाद्या स्वप्नासारखी दिसत होती. तो धावतच गेला आणि त्याने तिला मिठीत घेतले. त्यासरशी तोल जाऊन

तो बांधावरून खाली पडला आणि तिथला एक अणकुचीदार दगड त्याच्या कपाळाला लागला. वेदनेने जडावलेले मस्तक वर करून त्याने पाहिले, तेव्हा त्याच्या मिठीत कुणीच नव्हते. ती कुठेच नव्हती.

असे भास त्याला सगळीकडे होत. कमळांनी भरलेल्या तळ्याकाठी वाकलेली तिची कृश आकृती, होडके वल्हविणाऱ्या हातांची गती, बाजारात काकणे घेणारी उत्सुक मूर्ती, अशी ती त्याला सगळीकडे दिसत राही. आणि मग तो फसे. सगळे म्हणत, की कवीला वेड लागले. दिवसरात्र तो तिचे चिंतन करी. नदीला भोवरा होता, त्यात ती सापडली असेल असे वाटून तो तिकडे जाऊन आला. एकदा तो झंझावातात तिला शोधून आला. त्या झंझावातातून ती धावत येईल, अशा समजुतीने रात्रभर दार उघडे ठेवून बसून राहिला. सारे घर पाचोळ्याने भरून गेले. त्या पाचोळ्याकडे पाहून तो निरर्थक हसला. मग त्याने तो पाचोळा मोठ्या कौतुकाने छातीशी दाबून धरला, डोक्यात घातला आणि तो कुठेसा निघून गेला. एके दिवशी रानाला वणवा लागला. ताडमाड झाडांचे सरपण पचवून विस्तव सारे अरण्य कवळू पाहत होता. कवीचे हृदय चिंतेने हलले. आपली प्रिया नक्कीच वणव्यात सापडली, अशा विचाराने तो त्या रानात शिरला. त्या ज्वाळांमधून सैरावैरा भटकत त्याने तिच्या नावाने टाहो फोडला. पण तो बाहेर आला, तो अगदी निर्विघ्न, अगदी रिकामा. दिवसरात्र तिला हाका मारून त्याची वाचा जाण्याची वेळ आली, परंतु त्या निर्दय दऱ्याखोऱ्यांनी ते नावच काय ते त्याच्याकडे परत फेकले. वाऱ्याने तिची गंधवार्ताही दिली नाही, आणि तिच्या पावलांचे तरंग तर पाण्याच्या अंतरंगातून कधीच हरवले होते. त्या विरहदुःखाने कवी इतका अशक्त झाला, की काटकुळ्या, निष्पर्ण झाडात नि त्याच्यात भेद करणे लांबून कठीण जाऊ लागले. तिच्या चिंतनात तो इतका निश्चल पडून राहू लागला, की नदीकाठच्या दगडांना तो आपल्यातीलच एक वाटू लागला.

एकदा कवी असाच जलाशयाच्या काठी पडला होता. तिच्यासाठी रचलेले गाणे तंद्रीत म्हणत होता. ते गाणे म्हणताम्हणता त्याचे खोल गेलेले डोळे पाण्याने तुडुंब भरून आले. बघताबघता आसवांच्या धारा गळू लागल्या नि एकेक अश्रुबिंदू जलाशयात पडू लागला. पाण्यात मजेने बागडणाऱ्या छोट्या छोट्या चंदेरी-सोनेरी मासोळ्यांनी नकळत ते थेंब गिळले. पहिल्यांदा त्यांना काहीच जाणवले नाही. पण नंतर त्या बेचैन झाल्या. कवीच्या कठीण विरहदुःखाचे ते अश्रू त्या नाजूक मासोळ्यांच्या गळ्याशी अडकूनच बसले. ते त्यांना बाहेर टाकता येईनात की आत गिळता येईनात. जिवाची तगमग वाढली, तशा चंदेरी– सोनेरी मासोळ्या जलदेवतेपाशी गेल्या.

जलदेवतेला त्या चिमुकल्या मासोळ्यांची दया आली. तिने त्यांना उराशी धरले. त्यांच्या पाठीवरून हात फिरवला, आणि अगदी कळणारसुद्धा नाही, इतक्या हलक्या हाताने तिने त्यांची व्यथा दूर केली. त्यांच्या कंठाशी अडकणारा पदार्थ आहे तरी कसला, हे पाहण्यासाठी तिने तो आपल्या कमळपाकळीसारख्या तळहातावर ठेवला. तो हिरा होता. लखलखणारा, प्रकाश देणारा, नवलाईचा हिरा. प्रत्येक मासोळीने गिळलेल्या अश्रूचा एकएक सुंदर हिरा झाला होता. पाणमाशांचा मध लावून तिने त्या मासोळ्यांच्या जखमा बऱ्या केल्या आणि त्यांना खेळायला पाठवून दिले.

त्यांना खेळायला पाठवून दिले आणि इकडे जलदेवता विचारात पडली. पाण्यात इतके अपूर्वाईचे हिरे आले कुठून, नि मासोळ्यांनी ते गिळले कसे, तिला काही समजेना. भरतीच्या लाटा जेव्हा मागे परतल्या तेव्हा तिने त्यांच्याकडे चौकशी केली. कुणी मानव काठावर बसून शोक करीत असता, पाण्यात पडणाऱ्या त्याच्या आसवांचेच हिरे झाले, असे तिला समजले. ती चकित होऊन गेली. ज्या दुःखाच्या अश्रूंचे हिरे होतात, ते दुःख किती सुंदर असेल, किती दिव्य असेल, असे वाटून ती वेडावून गेली. त्या दुःखाचे अगदी जवळून दर्शन घ्यायचे, असा तिने निश्चय केला.

मध्यरात्री पूर्णचंद्राच्या प्रकाशाने सारे जलाशय झळाळून गेले. पाणी चंद्राला भेटण्याच्या वेड्या महत्त्वाकांक्षेने जागच्याजागी एकसारखे नाचू लागले. त्या उचंबळणाऱ्या लाटांवरून जलदेवता कधी तरी वर आली. तिचे येणे काठच्या वाळूलाही जाणवले नाही, इतक्या हलक्या पावलांनी ती वर आली. भरतीच्या एका लाटेबरोबर तिने पाण्याबाहेर अंग झोकून दिले आणि ती काठाशी ओठंगून बसली.

काठाशी बसलेल्या कवीनेही तिला पाहिले नाही. त्याचे कुठे लक्षच नव्हते. चंद्राबरोबर त्याची व्यथाही पूर्णावस्थेला गेली होती. लांबच लांब वाळूच्या पट्ट्यावर माडांच्या सावल्या हलत होत्या. त्या अद्भुत प्रकाशात प्रत्येक सावलीत त्याला तिचा भास होई. मग स्वतःचे एकटेपण अधिकच जाणवून तो खिन्न होऊन जाई. त्याची शुद्ध हरपली होती, भान विसरले होते. शरीर अश्रुमय झाले होते. अस्तित्वाचीच शुद्ध जिथे राहिली नव्हती, तिथे दुसरे कुणी आपल्याकडे बघते आहे, याची जाणीव त्याला कशी असणार?

पण जलदेवता मात्र त्याच्याचकडे टक लावून पाहत होती. त्याचा शब्दन्‌शब्द ऐकत होती. त्याचे दुःख एकही थेंब खाली न सांडता स्वतःच्या हृदयात भरून ठेवीत होती. त्याचा प्रत्येक सूर तिच्या मनाच्या तळाशी जाऊन भिडला. ती गहिवरली. ते दिव्य दुःख मनात जपून घेऊन ती खाली गेली. पाण्याच्या तळाशी. कसला तरी अमोल ठेवा हाती लागल्यासारखी ती त्या दुःखाने हरखून गेली. त्या

कृश मानवाच्या दर्शनाने स्वतःला विसरून गेली. मग ती उरली, ती फक्त त्याच्यासाठी. त्याच्याचसाठी. त्याचे एकटेपण हरवणे, त्याला विरहाचा विसर पडायला लावणे, एवढेच काम तिला उरले.

दुसऱ्या रात्री ती चंद्रोदयाबरोबर त्याच्याकडे गेली. पूर्णचंद्राची एक कला खाली उतरून आल्यासारखी ती दिसली. वाऱ्यावर तरंगल्यासारखी पावले टाकीत ती पाण्याबरोबर आली. वाऱ्याच्या झुळकीसारखी वाळूवरून चालत त्याच्यापाशी गेली. त्याचे चेहऱ्यावर घेतलेले हात बाजूला करून म्हणाली, ''ऊठ. मी आले आहे.''

क्षणभर त्याच्या बधीर मेंदूला या शब्दांचा अर्थच उमगला नाही. दुसऱ्याच क्षणी त्याला वाटले, की आपले हरपलेले स्वर्गसुख परतले आहे. वेड्या आनंदाच्या लहरीत त्याने डोळे उघडले. तो निराश झाला. त्याच्यासमोर कुणी नवखीच तरुणी उभी होती.

तिचे सौंदर्य स्वर्गीय होते. सर्वांगाला मोत्यांची झळाळी होती. ओठांची पोवळी तेजांकित होती. मासोळ्यांचा आकार नि चकाकी डोळ्यांठायी होती. लाटांचे झिरझिरीत वस्त्र ती नेसली होती, आणि उघडी उभार वक्षस्थळे झाकण्यापुरते सोनेरी केस खाली आले होते. त्याला भेटायचे म्हणून तिच्या सौंदर्याच्या सगळ्या कळा विकसल्या होत्या. शरीरातील रोमरोम म्हणत होता, 'मी तुझीच आहे.'

त्यामुळे ती त्याला अधिकच परकी वाटली. हे सौंदर्य अद्भुत होते. भूतलावर संभवणारे नव्हते, म्हणूनच त्याचे नव्हते. निराशेने व्याकूळ होऊन तो तिला म्हणाला, ''तू ती नव्हेस. जा तू. जा.''

ती बावरली. हे असे काही होईल, याची कल्पनाच नसल्यामुळे गोंधळली. मग तिने त्याची समजूत घातली आणि स्वतःची ओळखही दिली. त्याला सारे काही देऊ करूनही त्याच्याकडे याचना केली. तो द्रवला. अधिकच घायाळ झाला. तिला म्हणाला, ''तू फारफार चांगली आहेस. मला सुखी करण्यासाठी आली आहेस. पण माझे सुख ती घेऊन गेली आहे. तिच्याबरोबरच ते परत येईल. तू जा. एवढ्या अपार प्रेमाने आली आहेस, तर तशीच जाऊ नकोस. भेट म्हणून माझ्या अश्रूंतली व्यथा घेऊन जा.''

त्याच्या अश्रूंतील व्यथा घेऊन जलदेवता गेली. प्रथम ती खिन्न झाली. पण मग अंतरात सुखावली. काही तरी उत्तुंग, भव्य दिसल्यासारखे वाटून धन्य झाली. इकडे कवी दुःखीच राहिला. शोकगीते आळवीत दिवसाची रात्र करू लागला, व रात्र कंठणे अशक्य होऊन दिवसाची वाट पाहत राहिला.

त्याच्या विरहगीतांचे सूर उंचउंच आभाळात गेले. तेथे स्वैर विहार करणाऱ्या पाखरांपर्यंत गेले आणि ती बिचारी विद्ध झाली. प्राण कंठाशी घेऊन ती कशीबशी

आकाशदेवतेकडे गेली. तिने त्यांना जवळ घेतले. छातीवरील चिमुकली रंगीत पिसे अगदी हलकेच चाचपली, आणि तिला त्यांच्या व्यथेचे कारण सापडले. विरहगीताच्या एकेका सुराचा चिमुकला बाण झाला होता, नि तो त्या पक्ष्यांच्या चिमण्या हृदयांमध्ये शिरला होता. ते तीक्ष्ण बाण काढून टाकताच त्या पाखरांना हलके वाटले. मोकळे वाटले. आनंदाने उडत उडत ती निघून गेली.

पाखरे गेली आणि आकाशदेवता विचारात पडली. तिने वाऱ्याकडे चौकशी केली, तेव्हा कळले, की एका कवीच्या विरहगीताच्या सुरांचे बाण झाले होते. इतके तीव्र, उत्कट दुःख कसले, ते पाहण्यासाठी संध्याकाळी ती वाऱ्यावर बसून खाली आली. तिने कवीला पाहिले, त्याचे विरहगीत ऐकले आणि ती स्वतःच दुःखी झाली. या दुःखातून आपण मोकळे व्हायचे, तर आपणच त्याचे झाले पाहिजे, हे तिने ओळखले.

उतरत्या किरमिजी संध्याकाळी कवी एका उंच डोंगरमाथ्यावर पडून प्रियेच्या आठवणींची गाणी म्हणत होता. एवढ्यात एक ढग त्या डोंगरमाथ्याच्या अगदी जवळ झेपावला. पाहता पाहता तो ढग उलगडला आणि त्यातून एक दिव्यांगना बाहेर आली. ती कवीच्या जवळ गेली, आणि त्याच्या खांद्यावर हात ठेवीत म्हणाली, "इकडे बघ. मी आले आहे.''

कवीने जडपणे मान वळविली. आकाशदेवतेचे सौंदर्य त्याच्या डोळ्यांत मावेना. चैत्राच्या आकाशासारखी तिची कांती सतेज होती. डोळ्यांत वीज होती व उरात मेघ होते. गालांवर संध्या होती, तर ओठांवर पहाट फुटली होती. कवी कळवळून म्हणाला, "तू माझ्यासाठी आलीस. फार– फार चांगली आहेस तू. पण तू ती नव्हेस. तू कशाला इथे आलीस?''

आकाशदेवता खिन्न होऊन जाऊ लागली, तेव्हा तो म्हणाला, "थांब. तशीच नको जाऊस. तू माझ्यासाठी इतके कष्ट घेतलेस, आणि मी तुला काहीच दिले नाही, असे नको व्हायला. माझ्या सुरांतली वेदना भेट म्हणून घेऊन जा.'' त्याने दिलेली भेट तिने घेतली. आणि त्याहीपेक्षा मोठ्या अशा एका गोष्टीचा साक्षात्कार तिला झाला.

जलदेवता आणि आकाशदेवता परतल्या, तरी त्या तरुण कवीचे ते दुःख त्यांच्या मनांतून जाईना. कुठलेही काम करताना त्याचा विचार त्यांना सुचे. कुठल्याही प्रहरी त्या त्याच्या आठवणीने बेचैन होत. तो जर दिवसरात्र असेच अश्रू गाळीत राहिला, तर त्याचे डोळे गळून जातील, अशी त्यांना भीती वाटली. एवढेच नव्हे तर अन्नपाण्यावाचून विरहदुःखात भाजत तो असाच तडफडत राहिला, तर त्याचे प्राणही त्याला सोडून जातील, अशी चिंता त्यांना पडली. मग एके दिवशी त्या दोघी धरित्रीला भेटल्या. आपली चिंता त्यांनी तिला बोलून दाखविली.

कवीचे दु:ख पाहून धरित्रीदेखील विद्ध झाली होती. त्याच्यासाठी काही करावे असे तिलाही वाटत होते. कुणी जर असे एकसारखे दु:ख करीत राहणार असेल, तर फुले कशाला, हिरवळ कशाला नि स्वत:चे जिणे तरी कशाला, असे तिच्या मनात येत होते. त्याचे दु:ख हलके करण्यासाठी आपण काय केले हे जलदेवता नि आकाशदेवता या दोघींनी सांगितले. त्या म्हणाल्या, ''कुठल्याही मानवी स्त्रीहून आम्ही अधिक सुंदर दिसत होतो.''

धरित्री हसली. म्हणाली, ''माणूस असाच वेडा असतो. मुलींनो, एकदा प्रेम केले की त्याला बरेवाईट, कुरूपसुंदर काही समजत नाही. आणि म्हणूनच त्याचे विरहदु:ख हिऱ्यासारखे तेजस्वी नि बाणासारखे तीक्ष्ण असते.''

दोघी देवता अवाक् राहिल्या. धरित्री पुढे म्हणाली, ''मुलींनो, त्याच्यासाठी काही करावे म्हणून तुम्ही गेलात. त्याला प्रेम द्यावे म्हणून गेलात. पण जाताना स्वत:ला न विसरता गेलात. स्वत:चे रूप, स्वत:चे वैभव, स्वत:चे स्वत:पण, सारेसारे तसेच घेऊन गेलात. खरे ना? चुकले तुमचे पोरींनो. त्याचे व्हायचे म्हणजे त्याच्यासारखेच व्हायला हवे.''

मग धरित्री स्वत:च त्याच्याकडे गेली. स्वत:चे स्वत:पण विसरून गेली. केवळ त्याच्यासाठी, त्याचे दु:ख हलके व्हावे यासाठी गेली.

संध्याकाळची वेळ होती. जंगलातील वाट होती. कवी वेड्यासारखा भटकत होता. सूर्याचा शेवटचा प्रकाश धूसर होत होता. आपणहून अंधारात मिसळायला जात होता. त्या प्रकाशाचे कवडसे झाडांमधून खाली येऊन तांबड्या वाटेवर पडले होते. झाडे निश्चल होती; पान देखील सळसळत नव्हते. वाट स्तब्ध होती, वेळ शांत होती.

आणि एकदम पलीकडे जमलेल्या शेवटच्या प्रकाशात कवीला कृषिकन्येची कृश आकृती दिसली. धरतीने घेतलेले ते रूप पाहून कवी वेडावला. तेच टोकाशी किंचित उचललेले नाक, तीच भिवयांची जुळणी, तीच किंचित उंच मान, तोच सावळा वर्ण. बांधा तोच आणि चालदेखील तीच. कवी धावत धावत गेला आणि त्याने तिला जवळ घेतले. ती विसावली आणि तो शांत झाला. त्याचे हरपलेले सुख त्याला परत मिळाले. रात्र होत होती, आणि जंगलातल्या त्या प्रतिक्षणी गडद होत जाणाऱ्या सावल्यांत ते दोन जीव एकमेकांत मिसळून गेले होते. कवीची प्रिया परत आली होती.

ही गोष्ट कधी घडली, हे काही सांगता येत नाही. कदाचित ती फार फार युगांपूर्वी घडली असेल. कदाचित फार फार वर्षांनंतर घडणार असेल. नाही तर, आज देखील कुठे तरी घडत असेल. ते महत्त्वाचे नाही. महत्त्वाची आहे ती गोष्ट. ज्यांना ती दिसू शकेल, त्यांनाच ती समजू शकेल, ज्यांना ती दृष्टी नसेल, त्यांना ती मुळीच समजायची नाही. अगदी सांगून देखील समजायची नाही.

एक जंगल होते. घनदाट जंगल. ज्यात प्रवेश करणे सूर्यकिरणांनाही कठीण असेल, पण म्हणूनच गंमत वाटत असेल, असे जंगल. या जंगलात पऱ्या राहत असत. चंदेरी पंखांच्या, जाईसारख्या रूपाच्या आणि सायीसारख्या मनाच्या. त्यांची घरे कुणालाच दिसत नसत. पानांच्या शेंड्यांवर, झाडांच्या मुळांत, पाण्याच्या तरंगांवर आणि वाऱ्याच्या झुळकींवर त्या विहार करीत. माणसाच्या नजरेस पडावे

सोनेरी मनाची परी

असे वाटले तर दिसत, नाही तर अदृश्य होत.

एकदा या जंगलात एक तरुण पुरुष आला. त्याचे केस काळेकुरळे होते. डोळे मोठमोठे आणि न सांडणाऱ्या पाण्याने भरलेले होते. स्नायू बळकट होते आणि हात राकट होते. तो विलक्षण दमला होता. त्याचे पाय थकले होते आणि त्याला जगणे कठीण जात होते. त्याच्याने पुढे चालवेना. अंग रेटीत रेटीत तो त्या जंगलात शिरला आणि एका झाडाच्या बुंध्याला टेकून बसला.

त्या झाडाच्या तळाशी एक परी गुंजफळांच्या रांगोळ्या काढीत बसली होती. तिने त्या माणसाला पाहिले. संकोचाने ती तिथून निघून जाणार होती, एवढ्यात तिचे लक्ष त्याच्या ओठांकडे गेले. आणि तिच्या मनात एक नवीनच भावना निर्माण झाली. तिला लाज वाटू लागली; पण तिचे पाय मात्र जागचे हलेनात. आजपर्यंत फुलांच्या पाकळ्यांइतके सुंदर दुसरे काही न पाहिलेल्या त्या परीने त्या तरुणाचे ओठ पाहिले. तिला ते फुलांच्या पाकळ्यांहून अधिक आवडले. आणि कदाचित हीच ती नवी भावना असावी.

''तू माझ्याजवळ ये. तुझी वाट पाहत मी इथं या आडवाटेला पडलो आहे. ये ना. माझ्याजवळ ये.'' असे त्या तरुणाचे शब्द ऐकून ती परी चपापली. लाजेने तिचे गुलाबी गाल, ती काढीत असलेल्या गुंजफळांच्या रांगोळीसारखे लाललाल झाले. परंतु मग तिच्या ध्यानात आले की तो तिला उद्देशून बोलत नव्हता. त्याने तर तिला पाहिलेही नव्हते. तो आपल्या मनातील दुसऱ्याच कुठल्यातरी स्त्रीला बोलावीत होता. परीला वाईट वाटले– त्या तरुणाने दु:खी असावे, याचे!

''तू मला फसवून गेलीस. तुझ्याशी सौदा करताना मी खोट खाल्ली. कारण तू आपले हृदय स्वत:कडेच ठेवून माझे हृदय तेवढे पळवून नेलेस.'' तो दु:खी तरुण विलाप करीत होता. परीला त्याचे सगळेच हिशेब समजले नाहीत. त्याची व्यथा मात्र कळली.

– त्या रात्री परीला जेव्हा झोप येईना, तेव्हाही ती त्याच्याच दु:खाचा विचार करीत राहिली. तिचे उघडे डोळे पाहून रातकिडे अस्वस्थ झाले आणि बोलघेवड्या बायकांसारखे ते वृत्त एकमेकांना घाईघाईने सांगू लागले. थंडीतली आर्तता कमी झाली आणि चांदण्यांवर काही केल्या काटा धरेना. अखेर बुलबुलाने गाणे थांबवले आणि धीर करून तिला विचारले, ''परी, जागतेस का?'' परी म्हणाली, ''बुलबुला, तो दु:खी आहे. कष्टी आहे. तिने त्याला फसवले रे. अशी कशी ही माणसे?''

बुलबुल अनुभवाचे बोल बोलला, ''त्यात काही अर्थ नाही. आज इतकी वर्षे रोज मी प्रेमिकांच्या दु:खाची नवीनवी गाणी गात आलो. माणसांचे प्रेम संपत नाही की दु:ख कमी होत नाही. कारण ती स्वत:ला फसवतात, दुसऱ्याला फसवतात किंवा एकमेकांना फसवतात. तेव्हा तू आता झोप. पऱ्यांनी माणसांचे विचार करणे

चांगले नाही. माणसे चांगली नसतात.''

परी कुशीवर वळली, पण तिला झोप काही आली नाही. बुलबुलाचे बोल तिला पटले नाहीत. ती मनाशी म्हणाली, 'सगळी माणसे फसवीत नाहीत. तो फसला असेल, पण तो कुणाला फसवणार नाही. इतक्या दुःखाने भाजत असताना तो तिची वाट पाहत आहे, तेव्हा तो कुणाला फसवणार नाही. त्याचे ओठ पातळ आहेत आणि डोळे काळेभोर आहेत, म्हणून तरी तो कुणाला फसवणार नाही.'' अशा विचारात ती सारी रात्र जागीच राहिली.

यामुळे दुसऱ्या दिवशी तिचे पंख जड झाले आणि डोळ्यांतल्या मासोळ्या सुस्त झाल्या. तिची ही दशा पाहून तिच्या सख्यांनी तिला कारण विचारले. तेव्हा ती म्हणाली की, ''मला रात्री वाईट स्वप्न पडले.'' तसे सख्यांनी एकमेकींकडे पाहिले आणि त्या हळूच म्हणाल्या, ''वाईट स्वप्ने तर माणसांना पडतात. पऱ्यांची स्वप्ने मधुर असतात.''

संध्याकाळी पुन्हा तो तरुण त्याच झाडाखाली येऊन बसला. ढळण्यापूर्वीचे दिवसाचे शेवटचे सोनेरी वैभव ते रान लुटीत होते. त्या अद्भुत प्रकाशात त्या तरुणाचे मुख न्याहाळीत परी म्हणाली, 'या तरुणाच्या हनुवटीवर आणि गालांवर जी सोनेरी लव उमटली आहे, तिचा मोह त्या स्त्रीला कसा पडला नाही?' आणि हा विचार करता करता, परी ज्या बर्फाच्या तुकड्यांची माळ ओवीत होती ते जमिनीवर सांडले आणि मातीत विरघळून गेले. परी खिन्न झाली.

''तू माझ्या सन्निध असताना सूर्यास्त झाला आणि अंधार पडू लागला. मग ज्या गोष्टी प्रकाशात सांगायला तू लाजलीस, त्या तू सांगू लागलीस. अंधारामुळे मला तुझ्या मुद्रेवरचे भाव दिसणार नाहीत असे तुला वाटले, पण त्या तसल्या काळोखामुळे माझी कल्पना तीव्रतर झाली आणि मला ते अधिकच स्पष्ट दिसले. आता फक्त काळोख उरला, आणि तू नाहीशी झालीस.'' तो तरुण विलाप करीत राहिला.

परीला काही नवेनवेच आठवू लागले. काळोखात त्याच्या प्रियेने त्याला काय सांगितले असेल, याचा विचार ती करू लागली. दुसऱ्या कुठल्याही परीला असे काही सांगावेसे वाटले असेल, असे तिला वाटेना. हे चांगले की वाईट, ते देखील कळेना. रात्रभर ती तेच मनात घोळवीत जागी राहिली. शेवटी म्हातारपणामुळे नीज तुटलेली एक भुरी खार झाडावरून उतरून तिच्याजवळ आली व तिला कुशल विचारू लागली. परी म्हणाली, ''ती अंधारात विरघळून गेली आणि त्याच्या डोळ्यांत पाणी जमा झाले. पण ते काही खाली पडत नाही. डोळ्यांतल्या डोळ्यांत त्याचे बर्फ झाले आहे. माझ्या ओंजळीतल्या बर्फाच्या तुकड्यांचे मात्र पाणीपाणी होऊन गेले.'' तशी वृद्ध खार म्हणाली, ''तुम्ही अलीकडल्या पोरी! तुमची भाषा आम्हाला थोडीच कळणार? पण आपली सांगून ठेवते. ही माणसांची जात. पुरुषांची

मने आत कीड लवलवणाऱ्या सुंदर बोरांसारखी. बोरांची पारख खारीला असते. पुरुषांची पारख परीला नसते.''

सकाळी जेव्हा परीला शिणवट्यामुळे नाचता येईना आणि गळा दाटून आल्यामुळे गाताही येईना, तेव्हा इतर पऱ्या तिला म्हणाल्या, ''बघ बाई, आपण आहो दिव्याची बाळे. माणसांना स्पर्श केला तर आपले पुण्य आटते. पुन्हा नाही जगता येत परी म्हणून.''

तिसऱ्या दिवशी तो आला, तेव्हा परी काहीच करीत नव्हती. तिच्याने काही करवत नव्हते; कारण तिचे डोळे त्याच्या वाटेकडे लागले होते. त्याने यायला उशीर केला होता. तिला वाटले, त्याने दुःखातिशयाने जलाशयात उडी घेतली. रात्र पडू लागली. त्या रात्री त्या जंगलात अगदी नाजूक, हलकीशी वृष्टी झाली. तो आला तेव्हा पाण्याचे थेंब संथपणे पानापानावर उड्या घेत होते. त्या ओल्या रानाच्या भिजलेल्या केसांची वारा पुन्हापुन्हा चुंबने घेत होता आणि रान शहारत होते.

आणि अशा वेळी आपले सुंदर दुःख उराशी घेऊन तो सुंदर तरुण आला. आज तो अगदीच विकल झाला होता. त्याचे कपडे भिजून चिंब झाले होते आणि काट्यांवर फाटून निघाले होते. केसांची झुलपे निथळत होती. त्याच्या डोळ्यांत मात्र पाण्याचा टिपूस नव्हता.

त्याची म्लान मुद्रा पाहून परीचा जीव थरथरून निघाला. आजवर कधीच वाटली नव्हती अशी एक अपेक्षा तिच्या इवल्या छातीत अंकुर धरू लागली, इतर पऱ्यांची सूचना परीला आठवली, पण तिला त्याचे काहीच वाटेनासे झाले. ती स्वतःशीच म्हणाली, 'दुसऱ्यांना सुख द्यावे यासाठी पऱ्यांचा जन्म असतो. फुले स्वतःसाठी फुलत नाहीत. चांदण्या स्वतःसाठी चमकत नाहीत. फार काय, पाणीदेखील स्वतःसाठी वाहात नाही. मग परीचे आयुष्य कुणासाठी खुडले गेले, तर काही हरवले नाही. इतके दिवस तो दुःखी आहे. मी काय केले? वेडी मी, अगदी वेडी, स्वार्थी, अप्पलपोटी.'

अशा विचाराने तिने त्या तरुणाला दर्शन दिले. एकाएकी त्या जंगलात उभी राहिलेली ती दिव्य आकृती पाहून प्रथम तो तरुण लाजला. मग आपले दुःख विसरून पाहतच राहिला. नंतर काही सुचून त्याने आपला फाटका सदरा तिच्या उघड्या अंगावर टाकला. पण त्याने असे कां केले, हे तिला समजलेच नाही. तो कपडा त्याने कशाला फेकला व त्याचे काय करायचे, हे त्या मुग्धेला न कळल्यामुळे तिने तो तसाच मातीत ओघळू दिला.

मग परी त्याला म्हणाली, ''मी आले आहे. तू जिची वाट बघितलीस, ती आली नाही. पण तुझे दुःख मला सोसवत नाही. म्हणून मी तुला भेटले. सांग, तुला काय हवे आहे? तिने तुझ्यासाठी केले, ते सारे मी करीन. फक्त एकच गोष्ट मला

तिच्यासारखी जमणार नाही. मी तुला फसवणार नाही.''

सुरसंगीताच्या अद्भुत तालावर वृष्टी चालू होती. पशुपक्षी आपापल्या आश्रयस्थानी बसून राहिले होते. वनस्पतींचा संमिश्र गंध सुटला होता. माती द्रवत होती, स्रवत होती. सारे निश्चल होते. वाऱ्याच्या मिठीत रान आता झोपी गेले होते. फक्त पाऊस गात होता. ते गाणे अर्थहीन होते. अंधार लाजत होता. ते शहारणे अर्थहीन होते. मृद्गंधाची धुंदीही अर्थहीन होती. पण त्या साऱ्या अर्थहीन गोष्टी एकत्र जमून आल्या होत्या हेच तेवढे अर्थपूर्ण होते!

त्या विकल तरुणाच्या मुखावर आनंदाची पहिली पहाट पाहिल्यावर परी तृप्त झाली. कळ्यांना फुलताना जे वाटत असेल, सुरांना जन्म घेताना जे वाटत असेल, ज्योतीला जन्म घेताना जे वाटत असेल, ते सारे सारे तिच्या मनात उगवले. पहाट होताच तो गेला. परीला सांगून गेला, की आजची रात्र विसरली जाणार नाही. आजचा पाऊस कधी कोरडा होणार नाही. आता जरी त्याला गेले पाहिजे होते तरी तो परत येणार होता, परीसाठी!

सकाळी सख्यांना चुकवून कधी नव्हे ती एक गोष्ट तिने केली. दृश्यरूप घेऊन ती पाण्यात उतरली. पण तिला डुंबायचे सुचेना. ती नुसतीच आपल्या प्रतिबिंबाकडे पाहू लागली. सारे शरीर पुन्हा पुन्हा न्याहाळू लागली. प्रत्येक अवयवावरून पुन्हा पुन्हा पाण्याच्या अंजली सोडू लागली. आजवर कुठल्याही परीने केले नसेल, असे काही करू लागली...

त्या संध्याकाळी ती त्या झाडाच्या बुंध्यात पुन्हापुन्हा शोधून आली; पण ऐन सोनेरी वयातली सोनेरी सांज करडी होऊन अखेरीस काळोखात विलीन झाली, तरी तो आला नाही. मग रोज संध्याकाळी येऊन ती स्वप्नभूमी तिने अनेक वेळा शोधली. माणसांना रूप पालटता येत नाही, हे माहीत असूनही मातीचा कण नि कण चाचपला; तरी तो सापडलाच नाही.

पण परीचे मन खचले नाही. जग आहे तसे चालायला हवे असेल, तर काही गोष्टी व्हायलाच हव्यात, हे तिला जाणवले होते. त्यामुळे तो यायलाच हवा, हे देखील तिला माहीत होते. पण असे असताही तिच्यात सूक्ष्म बदल होत चालला. तिचे पंख दिवसेंदिवस झिजू लागले. केसांची सोनेरी चमक कमी कमी होऊ लागली. पावले अधिकाधिक मंद पडू लागली. आवाज पूर्वीइतका मधुर राहिला नाही. हे असे काय होते, हे ती इतर पऱ्यांना विचारणार होती; परंतु त्या तिच्यापासून दुरावतच चालल्या. त्या तिच्याशी पूर्वीसारख्या बोलेनात, खेळेनात.

असे होता होता परी साफ बदलली. ते सारे जंगल सहा ऋतूंत बदलले आणि पुन्हा पहिल्यासारखे झाले. पुन्हा एकदा तो दिवस उगवला. परी बेचैन झाली. आज

तरी तो येईल, असे घोकू लागली. परी त्याची वाट पाहून इतकी अशक्त झाली होती, की तिला उठताच येईना. त्या झाडाच्या मुळाशी ती सारखी पडून राहू लागली होती...

जितक्या उत्कटतेने वाटले म्हणजे खरे होईल, तितक्या उत्कटतेने तो यावा असे तिला वाटले... आणि खरेच त्या रात्री तो आला. तिला फार वाटत होते की उभे राहावे आणि पाय उंचावून त्याला मिठी मारावी. त्याचे स्वागत करावे. पण तिला मुळी उठताच येईना. तिचा जीव फुलपाखराहूनही हलका झाला होता. तिला फार वाटत होते की जे उजेडात कधीच सांगता येणार नाही, ते इतर कुणी जवळ नसताही त्याच्या कानांत सांगावे. पण तसे काही करणे अशक्य होते. कारण त्याच्याबरोबर एक सुंदर मुलगी होती.

परी लक्ष लावून त्यांचे बोलणे ऐकू लागली. प्रथम तिला वाटले, की त्याला सोडून गेली होती, तीच परत आली असावी. पण त्याच्या शब्दांमध्ये जुन्या आठवणी नव्हत्या, जुने संकेत नव्हते. जुने काहीच त्या काळ्याकुरळ्या केसांच्या नि पाकळ्यांसारख्या ओठांच्या तरुणाला आठवत नव्हते.

परीला थोडेसे वाईट वाटले. पण नंतर जेव्हा तिने त्या मुलीकडे लक्षपूर्वक पाहिले, तेव्हा तिला समजले, की ती खरेच फार सुंदर होती. इतकी सुंदर स्त्री त्याला सुख देत होती ही अत्यंत सुखाची गोष्ट होती. शिवाय ती मानवी होती. त्याच्यासारख्या अनेक गोष्टी तिला समजत होत्या. फसवाफसवीचा खेळ देखील तिला चांगला येत असण्याची शक्यता होती. तेव्हा वाईट वाटण्यासारखे काही नव्हते.

परीला एकदम खूप बरे वाटले. खूप हलकेहलके वाटले. सगळा आनंदीआनंद होता. दु:खाचा, व्यथेचा, वेदनेचा शेवट जवळ आला होता. त्या तरुणाचे आभार मानत ती मनाशी म्हणाली, 'तू किती चांगला आहेस. आज तरी आलास. मी पूर्वीची राहिले नाही हे खरे, पण तू आजही आला नसतास तर मी काय केले असते?' परी सुखी झाली. तिला वाटले, त्याच्या दु:खाचा आपल्यावरचा भार संपला. त्यानेच तो काढून घेतला. तो मोठा उदार आहे. तिला हलके वाटले. खूप हलके हलके वाटले.

मग तिला मध्येच एक आठवण झाली. जलाशयाची, उघड्या आकाशाची; मग पावसाची. एकामागून एक तिला आठवणीच येऊ लागल्या. सरतेशेवटी तिला आपल्या दुरावलेल्या सख्यांची आठवण झाली. आणि त्यांनी दिलेल्या धोक्याच्या सूचनेची देखील. परंतु तिला त्यात काही अर्थ वाटेना. काहीच वाटेना. नुसते हलकेहलके वाटत राहिले.

इतक्यात त्या सुंदर मुलीचे तिच्याकडे लक्ष गेले. ती त्याला लाडिकपणे म्हणाली, "या झाडाच्या मुळांत हे पाहिलंत किती सुंदर पांढरंशुभ्र फूल फुललं आहे!

तोडा ना ते. माळा माझ्या केसांत.''

तो तरुण त्या फुलाकडे पाहतच राहिला. त्याच्या मनात कसला तरी विचार येऊन गेला. अखेरीस तो खाली वाकला आणि त्याने ते शुभ्र फूल उचलले. तो त्याच्याकडे बघतच राहिला.

फुलाच्या पाकळ्यांवर पाण्याचे दोन थेंब चमकत होते.

पण ती मुलगी म्हणाली, ''एवढ्यात कसं दव पडलं? पहाट व्हायला अजून किती अवकाश आहे!''

तो काहीच बोलला नाही. अगदी एकाएकी त्याने त्या फुलाचे अखेरचे चुंबन घेतले. आपल्या पाकळ्यांसारख्याच ओठांनी त्या पाकळ्यांवरचे थेंब टिपून घेतले, नि मग ते फूल तिच्या डोक्यात घातले.

त्या रात्री बुलबुलाला एक नवीन प्रेमगीत मिळाले. बुलबुल इतका अनुभवी, पण हे गीत गाताना तो देखील रडला.